सावित्रीबाई फुले पुणे विद्यापीठाच्या द्वितीय वर्ष कला शाखेच्या (S.Y.B.A.) २०२०-२१ च्या सुधारित अभ्यासक्रमानुसार (CBCS पॅटर्न) लिहिलेले क्रमिक पुस्तक. तसेच महाराष्ट्रातील इतर सर्व विद्यापीठातील अर्थशास्त्र व स्पर्धा परीक्षा यांच्या विद्यार्थ्यांसाठी उपयुक्त.

संशोधन पद्धतीच्या मूलभूत संकल्पना
Basic Concepts of Research Methodology

कौशल्य विकास कोर्स – I
Skill Enhancement Course - I
(सत्र ३ व ४)

डॉ. एस. व्ही. ढमढेरे

डॉ. संभाजी काळे

डायमंड पब्लिकेशन्स

संशोधन पद्धतीच्या मूलभूत संकल्पना
डॉ. एस. व्ही. ढमढेरे, डॉ. संभाजी काळे

Basic Concepts of Research Methodology
Dr. S. V. Dhamdhere, Dr. Sambhaji Kale

प्रथम आवृत्ती : २०२०

ISBN 978-93-86401-95-3

मुखपृष्ठ
शाम भालेकर

अक्षरजुळणी
मानसी घाणेकर, पुणे

प्रकाशक
डायमंड पब्लिकेशन्स
२६४/३ शनिवार पेठ, अनुग्रह अपार्टमेंट
ओंकारेश्वर मंदिराजवळ, पुणे–४११ ०३०
☎ ८६०००१०४१६

info@dpbooks.in
www.dpbooks.in

प्रस्तावना

सावित्रीबाई फुले पुणे विद्यापीठाने निवड आधारित क्रमांक पद्धत CBCS लागू केलेली आहे. जून २०२०-२१ पासून द्वितीय वर्ष कला शाखेला (S. Y. B. A. - अर्थशास्त्र) 'कौशल्य विकास कोर्स' (Skill Enhancement Course - SEC) सेमिस्ट - ३ आणि ४ साठी अनिवार्य केलेला आहे. त्यानुसार हे पुस्तक लिहिलेले आहे.

सदर पुस्तकात अभ्यासक्रमातील सर्व बाबींचा समावेश केलेला आहे. तसेच स्पर्धा परीक्षेसाठी एम. ए. द्वितीय वर्षासाठीही हे पुस्तक उपयुक्त आहे. प्रस्तुत पुस्तकात संशोधन पद्धतीच्या मूलभूत संकल्पना समजावून दिलेल्या आहेत. त्यामुळे संशोधकांना संशोधन करण्यास साहाय्य लाभणार आहे. मागील 'अर्थशास्त्रीय संशोधन' या पुस्तकाचे विद्यार्थी आणि प्राध्यापक यांनी उत्स्फूत स्वागत केले, तसेच या पुस्तकाचेसुद्धा विद्यार्थी, प्राध्यापक व संशोधक स्वागत करतील असा विश्वास आहे.

सदर पुस्तकात तिसऱ्या सत्रातील पहिल्या प्रकरणात 'संशोधनाची ओळख' यामध्ये संशोधनाचा अर्थ, प्रकार, महत्त्व इत्यादींचे विवेचन केले आहे. दुसऱ्या प्रकरणात 'संशोधनाचा आराखडा' यामध्ये संशोधन आराखड्याचा अर्थ, गरज, प्रकार, गृहितकृत्य इत्यादींवर प्रकाश टाकला आहे. तिसऱ्या प्रकरणात माहिती संकलनाचा अर्थ, स्त्रोत, प्राथमिक व दुय्यम सामग्रीवर चर्चा केली आहे.

चवथ्या सत्रातील पहिल्या प्रकरणात 'माहितीचे विश्लेषण' यामध्ये अर्थ, व्याख्या, स्वरूप, महत्त्व तसेच आलेख व सारणीकरण यांचे विश्लेषण केले आहे. दुसऱ्या प्रकरणात 'केंद्रीय प्रवृत्तीची परिमाणा'ची व्याख्या तसेच मध्यमान, मध्यांक, बहुलक, शेकडेवारी, सीमा विस्तार, मध्यविचलन आणि वारंवारता विभाजन, संचित वारंवारता वर्गसीमा इत्यादी संकल्पना स्पष्ट केल्या आहेत. तिसऱ्या प्रकरणात 'संशोधन अहवाल' म्हणजे काय, उद्दिष्टे, काही अभ्यास, संशोधनाचे प्रकार, संशोधनाची वैशिष्ट्ये आणि परिशिष्टे, संदर्भसूची, साहित्याचा परामर्श, शिफारशी इत्यादींवर प्रकाश

टाकला आहे. शेवटी संशोधनासाठी विषय दिलेले आहेत. याशिवाय, परिभाषिक शब्दही दिलेले आहेत.

सदर पुस्तक लिहिण्यास प्रोत्साहन देऊन मला हे पुस्तक लिहिण्याची संधी उपलब्ध करून दिल्याबद्दल डायमंड पब्लिकेशन्सचे श्री. दत्तात्रय पाष्टे, श्री. निलेश पाष्टे यांचे मी आभार मानतो. तसेच आमच्या संस्थेचे मा. अध्यक्ष, संचालक मंडळ, सचिव महाविद्यालयाचे प्राचार्य, सहकारी प्राध्यापक, ग्रंथपाल डॉ. बी. डी. कुलकर्णी, सावित्रीबाई फुले पुणे विद्यापीठाच्या अर्थशास्त्र अभ्यास मंडळाच्या सदस्या डॉ. वैशाली पाटील यांनी दिलेल्या प्रोत्साहनाबद्दल त्यांचेही आभार. आमच्या कुटुंबातील सर्वांनी सहकार्य केले त्यांचे आणि डायमंड पब्लिकेशन्समधील सर्व सहकार्यांनी दिलेल्या सहकार्याबद्दल सर्वांचे मन:पूर्वक आभार.

– डॉ. एस. व्ही. ढमढेरे

– डॉ. संभाजी बी. काळे

लेखक-परिचय

प्रा. डॉ. एस. व्ही. ढमढेरे

- एम. ए., एलएल. बी., एम. फिल., पीएच. डी., डी. लिट. (अर्थशास्त्र) सहयोगी प्राध्यापक.
- एस. पी. जे. कला व वाणिज्य महाविद्यालय, पाबळ, जि. पुणे येथे अर्थशास्त्र विभाग प्रमुख तसेच पदव्युत्तर विभागाचे समन्वयक म्हणून कार्यरत.
- विविध महाविद्यालयांत ३० वर्षे अध्यापनाचा अनुभव, इंडियन इन्स्टिटट्यूट ऑफ एज्युकेशन्सच्या महाराष्ट्र राज्यातील साधन केंद्राचे सहसंचालक.
- 'अर्थ' या त्रैमासिकाचे 'सहसंपादक', प्रोग्रेसिव्ह रिसर्च संस्था, पुणे येथे सामाजिक-आर्थिक संशोधन प्रकल्पात संशोधन अधिकारी म्हणून काम, ९ संशोधन प्रकल्प पूर्ण केले.
- मराठी अर्थशास्त्र परिषद आणि इंडियन इकॉनॉमिक असोसिएशन्सचे आजीव सदस्य.
- पुणे विद्यापीठाच्या अर्थशास्त्र विभागाचे संस्थापक सदस्य.
- विविध चर्चासत्रे व कार्यशाळेतून सहभाग, अनेक शोधनिबंध प्रकाशित, शोधनिबंध वाचन, पुणे विद्यापीठाच्या बहि:शाल शिक्षण मंडळाचे प्रमुख कार्यवाह, विद्यार्थी कल्याण मंडलाचे प्रमुख कार्यवाह, महाविद्यालयीन परीक्षा विभागाचे अधिकारी, महाविद्यालय परिसर विकास विभागाचे प्रमुख, शेतकरी मेळाव्यांचे आयोजन.
- अर्थशास्त्रविषयक अनेक पुस्तकांचे लेखन; राष्ट्रीय, आंतरराष्ट्रीय-राज्य तसेच स्थानिक पातळीवर अनेक शोधनिबंध प्रसिद्ध.
- पीएच. डी. साठी मार्गदर्शक.

पुरस्कार

- 'डॉ. अब्दुल कलाम जीवन गौरव राष्ट्रीय पुरस्कार'
- 'भारतरत्न मदर तेरेसा सुवर्णपदक राष्ट्रीय पुरस्कार'
- डॉ. राधाकृष्ण शिक्षणरत्न राष्ट्रीय पुरस्कार'
- 'भारतीय उद्योगरत्न सुवर्ण पदक पुरस्कार'
- श्री. पद्‌ममणि जैन महाविद्यालय, पाबळ–आर्धा प्राध्यापक पुरस्कार
- श्री. पद्‌ममणि जैन महाविद्यालय, पाबळ वृक्षमित्र पुरस्कार

डॉ. संभाजी बी. काळे

- उपप्राचार्य आणि अर्थशास्त्र विभाग प्रमुख म्हणून जिजामाता शास्त्र, कला व वाणिज्य महाविद्यालय भेंडे ब. ता. नेवासा, जि. अहमदनगर येथे कार्यरत.
- २५ वर्षे अध्यापनाचा अनुभव. ११ विद्यार्थी एम. फील पूर्ण आणि ४ विद्यार्थी पीएच. डी. प्राप्त. अनेक विद्यापीठातील पीएचडी परीक्षक म्हणून कार्यरत. पी.एच.डीसाठी मार्गदर्शक
- विविध संशोधन पत्रिकात तसेच नियतकालिकात शोधनिबंध प्रकाशित आंतरराष्ट्रीय परिषदांसाठी जपान, इंग्लंड, स्विल्झर्लंड, हाँगकाँग, अमेरिका, थायलंड इत्यादी देशात पेपरवाचन आणि ग्रंथालयांना भेटी
- महाविद्यालयातील अध्यापनेतर अशा विद्यार्थी कल्याण अधिकारी परीक्षा विभाग प्रमुख इत्यादी उपक्रमात जबाबदारी
- विविध विषयांची पुस्तके प्रकाशित
- २०१९ पासून सावित्रीबाई फुले पुणे विद्यापीठाचे अर्थशास्त्र अभ्यास मंडळाचे अध्यक्ष म्हणून कार्यरत.
- २०१८ पासून सावित्रीबाई फुले पुणे विद्यापीठाचे अर्थशास्त्र अभ्यास मंडळाचे सदस्य.
- अखिल भारतीय मराठी अर्थशास्त्र परिषदेचे सदस्य.
- पुरस्कार – महाराष्ट्र भूषण राजर्षी छत्रपती शाहू महाराज पुरस्कार, मनुष्यबळ विकास आकादमीचा महाराष्ट्र गुणिजन रत्नगौरव पुरस्कार तसेच महाराष्ट्र भूषण महाकवी बावनदादा कर्डक यशवंत पुरस्कार.

अनुक्रम

प्रस्तावना		तीन
लेखक परिचय		पाच
सत्र – ३		
प्रकरण – १	संशोधनाची ओळख	३
प्रकरण – २	संशोधन आराखडा	१४
प्रकरण – ३	माहितीचे संकलन	३९
सत्र – ४		
प्रकरण – १	माहितीचे विश्लेषण	७१
प्रकरण – २	केंद्रीय प्रवृत्तीची परिमाणे	९३
प्रकरण – ३	संशोधन अहवाल	१२३
परिशिष्ट – १	अर्थशास्त्रीय संशोधन क्षेत्रे	१४३
परिशिष्ट – २	प्रश्नावली	१४६
पारिभाषिक शब्दावली		१५३
संदर्भसूची		१५६

सत्र - ३

प्रकरण – १
संशोधनाची ओळख
(Introduction of Research)

१.१ प्रास्ताविक
१.२ संशोधनाचा अर्थ आणि व्याख्या
१.३ संशोधनाचे प्रकार
१.४ आर्थिक संशोधनाचे महत्त्व

१.१ प्रास्ताविक (Introduction) :

गेल्या साठ वर्षांत मानवाने प्राप्त केलेले विविध विषयांचे ज्ञान हे यापूर्वीच्या चारशे वर्षातील प्राप्त केलेल्या ज्ञानाच्या अनेक पट आहे. आर्थिक, सामाजिक, शैक्षणिक, राजकीय या जीवनाच्या प्रमुख क्षेत्रांत खूप मोठ्या प्रमाणात परिवर्तन घडून येत आहे. या विविध क्षेत्रांपैकी अर्थशास्त्रीय क्षेत्र असे क्षेत्र आहे की, इतर क्षेत्रांमध्ये योग्य दिशेने प्रगती करण्यासाठी अर्थशास्त्रातील प्रगतीचा फार मोठा फायदा होऊ शकतो. अर्थशास्त्रातील विविध विचार, तत्त्वे, सिद्धान्त, प्रणाली, प्रवाह हे जितके परिपूर्ण असतील, तितकी या पद्धतीतून शिकून बाहेर पडणारी पिढी समृद्ध असणार आहे. अर्थशास्त्रातील ही परिपूर्णता त्यामध्ये होणाऱ्या सतत आणि मूलगामी संशोधनानेच प्राप्त होणार आहे.

एखाद्या घटनेविषयी वाटणारी उत्सुकता आणि त्यासाठी केलेली धडपड, त्यातून प्रगती साधण्याचा प्रयत्न केला जातो आणि अशा या उत्सुकतेतूनच संशोधन निर्माण होते. संशोधन म्हणजे नवीन ज्ञान प्राप्त करण्यासाठी केलेले विशेष प्रयत्न होय. कोणत्याही ज्ञानशाखेत नवीन घटनांसाठी संशोधनातून चिकित्सकरीत्या विश्लेषण केले जाते. संशोधनाचे 'वैज्ञानिक अथवा शास्त्रीय संशोधन' आणि 'सामाजिक संशोधन' असे दोन प्रकार सांगता येतात. मानवाशी संबंधित घटनांच्या अभ्यासाला आणि संशोधनाला 'सामाजिकशास्त्रांचे संशोधन' असे म्हणतात. वैज्ञानिक संशोधनाप्रमाणेच

सामाजिकशास्त्रात संशोधन केले जाते. सामाजिकशास्त्रात अर्थशास्त्र, समाजशास्त्र, राज्यशास्त्र, इतिहास इत्यादी विषयांचा समावेश होतो, त्यांचा विविध अंगांनी अभ्यास केला जातो.

१.२ संशोधनाचा अर्थ आणि व्याख्या (Meaning & Definition of Research) :

संशोधन म्हणजे नवीन ज्ञान प्राप्त करण्यासाठी केलेले विशेष प्रयत्न होय. संशोधन ही समस्या सोडविण्याची प्रक्रिया आहे; त्यासाठी शास्त्रीयपद्धतीचा आधार घ्यावा लागतो. संशोधन याचा अर्थ पुढील व्याख्यांवरून स्पष्ट होतो–

१. प्रा. व्ही. वर्मा आणि आर. के. वर्मा यांच्या मते, संशोधन म्हणजे, 'सत्य शोधनासाठी संशोधनातील केलेली विद्वत्तापूर्ण पाहणी होय.'

२. रेडमन आणि मोरी (Redman and Mory) यांच्या मते, 'संशोधन म्हणजे नवीन ज्ञान प्राप्त करण्यासाठी केलेला पद्धतशीर प्रयत्न होय.'

३. जे. डब्ल्यू. बेस्ट यांच्या मते, 'संशोधन म्हणजे वैज्ञानिकपद्धती प्रत्यक्षात कार्यान्वित करण्याची अधिक नियमबाह्य, आकारबद्ध, सुव्यवस्थित व सखोल अशी प्रक्रिया होय.'

४. पी. व्ही. यंग यांच्या मते, 'कोणत्याही नवीन तत्त्वाचा शोध करण्याची प्रक्रिया किंवा जुन्या घटनांचे परस्परसंबंध विशद करून, कार्यकारणभावाच्या आधारे मांडण्यात आलेले संशोधन होय.'

५. संशोधनासंबंधी ॲडव्हान्स्ड लर्नर्स डिक्शनरी ऑफ करंट इंग्लिश

'Careful investigation or inquiry specially through search for new facts in any branch of knowledge.'

६. क्लिफर्ड वुडी (Clifford Woody) यांच्या मते, 'संशोधनात समस्येची व्याख्या दिलेली असते. त्यात गृहीतके असतात आणि उपाययोजनाही असते. माहितीसंकलनाचे व्यवस्थापन आणि मूल्यमापनाबरोबर निगमनपद्धतीचे विश्लेषण असते आणि मांडलेल्या गृहीतकांच्या सत्यासत्यतेची पडताळणी त्यात असते.'

(The research comprises defining and redefining problems formulating hypothesis or suggested solutions; organizing and evaluating data, making deductions and reaching conclusions and at last carefully testing the conclusions to determine whether they fit the formulating hypothesis.)

संशोधनाद्वारे नवीन कल्पना मांडल्या जातात. त्या अनुरोधाने सखोल पाहणी किंवा प्रयोग करून पूर्वीच्या मान्य अनुमानांना नवीन रूप दिले जाते.

वरील व्याख्यांवरून संशोधन म्हणजे ज्ञानप्राप्तीची अशी प्रक्रिया आहे की, ज्यात शास्त्रीय पद्धतीचा नवीन ज्ञान मिळविण्यासाठी अवलंब केला जातो असे स्पष्ट होते.

संशोधनाचा मुख्य हेतू नवे ज्ञान प्राप्त करणे, विद्यमान तथ्यांबद्दल नवा दृष्टिकोन मांडणे, घटनांचे विश्लेषण करून त्यातील संबंध नव्याने प्रस्थापित करणे हा आहे.

संशोधन हे प्रामुख्याने उपलब्ध ज्ञानसाठ्यात नवीन भर टाकणारे असते. अभ्यासाद्वारे निरीक्षणातून तुलना करून आणि प्रयोगातून सत्यता पडताळणी संशोधनात केली जाते. थोडक्यात, संशोधन ज्ञानासाठी ज्ञान असले तरी विशिष्ट समस्येचे संशोधनाद्वारे पद्धतशीर विवेचन करून योग्य निष्कर्ष मांडले जातात. त्यात विविध टप्पे आहेत. संशोधनसमस्या, गृहीतक मांडणी, माहिती संकलन, माहितीचे विश्लेषण आणि त्याआधारे निष्कर्ष या पद्धतशीर शास्त्रशुद्ध टप्प्याआधारे संबंधित समस्येवर उपाय सुचविला जातो; त्यातून सैद्धांतिक निर्मिती होऊ शकते.

१.३ संशोधनाचे प्रकार (Types of Research) :

संशोधनाचे विविध प्रकार आहेत. त्यातील महत्त्वाचे प्रकार पुढीलप्रमाणे सांगता येतील.

१.३.१ मूलभूत अथवा शुद्ध संशोधन (Fundamental Pure or Basic Research) :

ज्या संशोधनात मूलभूत सिद्धान्त अथवा कल्पना प्रस्थापित करण्याचा हेतू असतो. अशा संशोधनात मूलभूत अथवा शुद्ध संशोधन म्हणतात. मूलभूत अथवा शुद्ध संशोधन ज्ञानासाठी ज्ञान या हेतूने होते. अशा प्रकारच्या संशोधनात संबंधित विषय विभागाचा अत्यंत मूलगामी सखोल, सर्वसमावेशक, सर्वव्यापी विचार केला जातो. तात्विक चर्चेचा भाग अशा प्रकारच्या संशोधनात जास्त असतो. हे संशोधन करताना जो नमुना घ्यायचा त्याची निवड अत्यंत काळजीपूर्वक केलेली असते; कारण नमूना दोषपूर्ण असेल, तर त्या संशोधनातून निघालेले निष्कर्ष सर्वव्यापी होऊ शकणार नाहीत. माहितीचे संकलन, पृथक्करण अत्यंत काळजीपूर्वक केले जाते. म्हणजेच संशोधनपद्धतीत थोडाही दोष असून चालत नाही. या प्रकारच्या संशोधनात ज्ञानासाठी ज्ञान हीच भूमिका असते. ज्ञान हे या संशोधनाचे प्राथमिक उद्दिष्ट असते. संबंधित विषयाची सखोलता, समृद्धी वाढावी हीच संशोधनाच्या मागे असणारी प्रारंभिक प्रेरणा असते. मूलभूत अथवा शुद्ध संशोधन सर्वव्यापी व सर्वसमावेशक असल्याने,

तसेच त्या विषयाचे मूळापासून अध्ययन आवश्यक असल्याने त्या विषयाशी संबंधित साहित्याचा संशोधकाने गाढा, सखोल अभ्यास करणे आवश्यक असते.

यात सिद्धान्ताचे स्पष्टीकरण केले जाते. जुने सिद्धान्त तपासून पाहून नवीन सिद्धान्त मांडले जातात. या पद्धतीत सिद्धान्ताचे स्पष्टीकरण केले जाते. उदा. अर्थशास्त्रीय संशोधनात मार्शलचा उपयोगिता सिद्धान्त विचारात घेता येतो. त्यात मार्शलने उपयोगिता विश्लेषण ग्राहकांच्या वर्तणुकीचे स्पष्टीकरण देण्यासाठी वापरले. एलन आणि हिक्स यांनी त्यावर टीका करून नवीन समवृत्ती वक्र विश्लेषण मांडले आणि त्यात पॉल ए. सॅम्युलसन यांनी सुधारणा करून प्रकटीकरण प्राधान्य सिद्धान्त (Revealed Preference Theory) मांडला.

उदा.: जे.बी.से. यांच्या बाजार विषयक सिद्धान्तावर टीका करून केन्स यांनी रोजगाराचा सिद्धान्त मांडला.

अर्थशास्त्रात मूल्य सिद्धान्त, चलन सिद्धान्त, आंतरराष्ट्रीय व्यापार सिद्धान्त इ. तात्त्विक विवेचनांवर आधारित विविध अर्थशास्त्रज्ञांनी मांडलेले वेगवेगळे सिद्धान्त परिस्थितीजन्य स्वरूपात मूल्यमापनानंतर वेगळ्या पद्धतीने ते सिद्धान्त मांडण्याची प्रक्रिया यात सामावली आहे.

१.३.२ उपयोजित संशोधन (Applied Research) :

विशिष्ट अडचणीचे निराकरण करणे या उद्दिष्टातून या संशोधनाची उभारणी झालेली असते. प्रत्येक क्षेत्रात अनेक समस्या निर्माण होत असता या समस्यांचे तातडीने निराकरण करावयाचे असते. अशा समस्यांवर उत्तरे शोधण्यासाठी जे संशोधन केले जाते त्याला उपयोजित संशोधन असे म्हणतात.

जीवनाशी ज्या बाबी निगडीत आहेत त्या आर्थिक व सामाजिक सर्व व्यवहारांचा संबंध व्यावहारिक अथवा उपयोजित संबंधांशी जोडलेला आहे. उदा. कायदे, दैनंदिन व्यवहार, शिक्षण, आरोग्य, अर्थशास्त्र, वाणिज्य, व्यवस्थापन, तंत्रज्ञान इत्यादीमध्ये निर्माण होणाऱ्या आर्थिक प्रश्नांची उत्तरे शोधण्यासाठी संशोधन केले जाते ते उपयोजित अथवा व्यावहारिक संशोधन होय. या संशोधनाचा संबंध व्यावहारिक समस्या सोडविण्यासाठी शास्त्रीय ज्ञान वापरण्याचे मार्ग शोधून काढण्याशी आहे हे संशोधन समस्याआधारित असल्याने व्यक्तिगत मुलाखती आणि सर्वेक्षण पद्धतीचा वापर केला जातो. उपयोजित संशोधनात संशोधनाच्या सर्व पायऱ्यांचा अवलंब करावा लागतो. परंतु नियंत्रणवादी बाबतीत मूलभूत संशोधनाइतका नेमकेपणा नसतो.

उपयोजित संशोधनामुळे नविन वस्तुस्थिती पुढे येऊ शकते. तसेच सिद्धान्ताचीही चाचणी होऊ शकते. कृषी संशोधने ही बहुतेक उपयोजित संशोधनेच असतात. औषध शास्त्रातील नव्या औषधांचा शोध हे उपयोजित संशोधन होय.

१.३.३ कृती संशोधन (Action Research) :

डॉ. कोरी यांच्या मते, 'आपण घेत असलेल्या निर्णयांना आणि करीत असलेल्या कार्यवाहीला मार्गदर्शन करण्यासाठी व त्यांचे योग्य प्रकारे मूल्यमापन करण्यासाठी समोर असलेल्या समस्यांचा शास्त्रीय दृष्टिकोनातून अभ्यास करण्याचा प्रयत्न म्हणजे कृतिसंशोधन होय.'

कृती संशोधन हा उपयोजित संशोधनाचा एक प्रकार मानण्यात येतो. एखाद्या प्राध्यापकाला, प्राचार्याला, प्रशासकाला आपल्या दैनंदिन कार्यामध्ये जेव्हा एखादी समस्या सतत भेडसावत असते व तिचे निरसन करण्यासाठी जेव्हा तो वैज्ञानिकपद्धतीने संशोधन करतो आणि संशोधनातून आलेल्या निपक्षपाती निष्कर्षांची जेव्हा तो अंमलबजावणी करतो तेव्हा ते कृती संशोधन बनते.

जीवनाच्या प्रत्येक क्षेत्रात पावलोपावली अनेक अडचणी व समस्या उभ्या असतात. यांना समाधानकारक उपाययोजनेची गरज असते. संशोधनातूनच अशी उपाययोजना शोधण्याचे काम ज्या उपयोजित संशोधनात केले जाते, त्यास कृती संशोधन असे म्हणतात. विविध क्षेत्रातील विविध समस्यांसाठी अशी संशोधने करता येतात. उदा. जमीन नापीक का झाली, ज्वारीचे दर हेक्टरी उत्पादन, कमी का झाले आणि ते वाढविण्यासाठी कोणती उपाय योजना करावी? महाविद्यालयात शिक्षकांचा एकोपा नाही तो कसा वाढीस लावावा? मुलांना मागणीच्या लवचिकतेचे प्रकार कळत नाहीत, ते समजण्यासाठी काय केले पाहिजे? इत्यादी.

कृषी संशोधनात ज्याला समस्या निर्माण होते, तोच असे संशोधन हाती घेतो. समस्या सोडविण्यासाठी हे अत्यंत गरजेचे असते. संशोधनासाठी पूर्णत: शास्त्रीय/ वैज्ञानिकपद्धतीचा अवलंब करावा लागतो. संशोधनाअंती अंमलात आणण्याजोगे निष्कर्ष मिळाले की, त्यांची समस्या सोडविण्यासाठी उपाययोजना करावयाची असते. या चार गोष्टी कृती संशोधनात महत्त्वाच्या असतात. या चार गोष्टी झाल्या तरच अशा संशोधनास कृती संशोधन म्हटले जाते.

उपयोजित संशोधनाच्या मानाने सर्वसाधारणपणे कृतिसंशोधनात निवडलेला नमुना लहान असतो. बहुधा एक प्राध्यापक संशोधक - एक वर्ग, अशीच स्थिती असते. काही वेळा एकच समस्या अनेकांना जाणवली, तर संयुक्तीकरीत्यासुद्धा कृतिसंशोधन हाती घेतले जाते.

या तीन संशोधनाच्या प्रकाराबरोबरच काही महत्त्वाचे प्रकार पुढीलप्रमाणे आहेत.

१.३.४ वर्गीकरणात्मक आणि वर्णनात्मक संशोधन

अर्थशास्त्रीय संशोधनात झालेल्या घटनांचा मागोवा घेऊन संकलित माहितीचे विश्लेषण करून पूर्वीच्याच सिद्धान्ताआधारे त्याचे स्पष्टीकरण देण्याचा यात प्रयत्न केला जातो.

१.३.५ गुणात्मक आणि संख्यात्मक संशोधन

यामध्ये मानवी वर्तणुकीचा अभ्यास केला जातो. ही वर्तणूक प्रत्येक व्यक्तिगणिक आणि प्रत्येक काळामध्ये भिन्न असते. त्यांचे विश्लेषण शास्त्रीय संशोधनाप्रमाणे एखाद्या प्रयोगशाळेत विशिष्ट साधनेच्याआधारे करता येत नाही. मानवी वर्तणुकीमागील हेतू निश्चित करता येत नाहीत. तथापि, त्यांचे गुणात्मक विश्लेषण संशोधनात मान्यता पावले आहे. व्यक्ती, समाज, गट इत्यादीनी अनुभवलेली वास्तवता गुणात्मक संशोधन स्पष्ट करते.

त्याचप्रमाणे स्थूल अर्थशास्त्रातील निवडक विषयांवरील संशोधन करताना उपयुक्त आकडेवारीच्या साहाय्याने माध्य, बहुलक, मध्यांक किंवा मध्यगा (Mean, Mode, Meadian) सहगुणक इत्यादी सांख्यिकी परिमाणाआधारे त्या विषयातील संकलित आकडेवारीचे यथायोग्य विश्लेषण करता येते. यालाच अर्थशास्त्रीय संशोधनातील संख्यात्मक संशोधन म्हणता येईल.

सामान्यपणे संशोधनाचे पुढील प्रकार सांगता येतील–

१. शास्त्रीय संशोधन

२. समाजशास्त्रीय संशोधन

१. शास्त्रीय संशोधन : यालाच शुद्ध संशोधन किंवा उद्दिष्ट निगडित संशोधन म्हणतात. त्यात ज्ञानाच्या नवीन घटकांची माहिती संकलित करून त्याची जुन्या माहितीशी तुलना केलेली असते. हे प्रामुख्याने नैसर्गिक शास्त्रांशी निगडित असे संशोधन असते.

२. समाजशास्त्रीय संशोधन : पी. व्ही. यंग यांच्या मते, 'नवीन घटनांचे शोधपद्धतीचे शास्त्रशुद्ध विवेचन किंवा जुन्या घटकांची पडताळणी यातून परस्परसंबंध किंवा कार्यकरणभाव प्रस्थापित करण्याची प्रक्रिया आढळून येते. हे संशोधन मानवी वर्तणुकीशी निगडित आहे. त्यात नवीन घटनांचा समावेश असतो. तसेच मानवी वर्तणुकीच्या कार्यकारण संबंधावर यात विवेचन केलेले असते.'

१.३.६ क्षेत्रीय पाहणी संशोधन आणि ग्रंथालयीन संशोधन

सामाजिकशास्त्रातील अर्थशास्त्रीय संशोधनात प्रामुख्याने क्षेत्रीय पाहणी

संशोधनावर भर दिला जातो; कारण त्यामुळे प्रत्यक्ष वस्तुस्थितीचे यथायोग्य विश्लेषण त्यात आढळते. उदा. एखाद्या मोठ्या शहरातील झोपडपट्ट्यांच्या किंवा औद्योगिक कामगारांच्या समस्येचा अभ्यास.

तसेच भूतकालीन आर्थिकघडामोडींचे विवेचन करताना संशोधकाला दुय्यम स्रोताचा अवलंब करावा लागतो. उदा. दुसऱ्या महायुद्धातील आर्थिक परिणाम. याची माहिती व आकडेवारी ग्रंथालयीन संदर्भातून आणि पूर्वीच्या संशोधनावरून मिळू शकते; म्हणून त्याला ग्रंथालयीन संशोधन संबोधले जाते.

१.३.७ सर्वेक्षण संशोधन

सर्वेक्षणपद्धतीत वर्तमानावर भर असतो. या प्रकारचे संशोधन सद्य:स्थितीचे वर्णन करते व सद्य:स्थिती स्पष्ट करते. सर्वेक्षण अथवा वर्णनात्मक सर्वेक्षण निव्वळ माहिती संकलित करणे आणि पत्रके तयार करणे, एवढ्यापुरतेच मर्यादित नाही. त्यात मापन, वर्गीकरण, अर्थ निर्वचन आणि मूल्यांकन यांच्याआधारे वर्णितविषयाचे स्पष्टीकरण, तुलना व सार्थकता असते.

सर्वेक्षणातून खालील तीन प्रकारची माहिती संकलित केली जाते–

१. वर्तमान स्थिती २. अपेक्षित स्थिती ३. आवश्यक साधनांचा बोध

१.३.८ व्यष्टीअध्ययन संशोधन

व्यष्टी अध्ययनाला वैयक्तिक अध्ययन, घटक अध्ययन अथवा एकक अध्ययन असेही म्हटले जाते. व्यष्टी अध्ययन ही सूक्ष्म अध्ययन पद्धत आहे. व्यक्ती, परिवार, संस्था, कंपनीसमूह, व्यक्तीसमूह यांच्याबद्दल माहिती गोळा करण्याची अत्यंत लाभदायक पद्धत आहे. या अध्ययनामुळे सामाजिक एककाचे एकात्मस्वरूप पूर्णपणे राखले जाते. या पद्धतीत एकाच घटकाचा सखोल अभ्यास केला जातो. या अभ्यास पद्धतीत निवडलेला अभ्यासविषय एकच असतो, परंतु त्यात त्याच्याशी निगडित असलेले अनेक घटक प्रतिबिंबित होतात. एखाद्या सहकारी बँकेचा सखोल अभ्यास केला तर त्याचे व्यवस्थापन, कार्यपद्धती, उपयुक्तता याबाबतचे निष्कर्ष इतरत्रही त्याच प्रकारच्या बँकांना लागू पडतात.

१.३.९ घटना आधारित संशोधन

हे अनुभवआधारित संशोधन आहे. त्यात प्राथमिक स्रोतामध्ये संकलित माहितीआधारे घटनांचे संशोधन केले जाते. त्यात समस्येची कारणमीमांसा आणि ते सोडविण्याचे उपाय मांडले जातात. उदा. अर्थशास्त्रीय संशोधनात प्रत्यक्ष कराचा समाजामधील विविध घटकांवर होणारा परिणाम अभ्यासला जातो.

१.३.१० तत्सम सामाजिक संशोधन

काही समस्यांचे स्वरूप एकसारखे नसते. उदा. एखाद्या सामाजिक समस्येचा केवळ अर्थशास्त्रीयदृष्टीने अभ्यास करता येत नाही; तर सामाजिक, राजकीय दृष्टिकोनातूनसुद्धा अभ्यास केला जातो त्याला 'तत्सम सामाजिक संशोधन' म्हणतात.

१.३.११ ऐतिहासिक संशोधन

गतकाळाचे यथार्थज्ञान म्हणजे इतिहास होय. ऐतिहासिक संशोधनात भूतकालीन घटनांचे यथार्थदर्शन आणि विश्लेषण करण्याकरिता शास्त्रीय पद्धतीचा अवलंब केला जातो. भूतकालीन घटनांचे वर्णन आणि पृथक्करण करण्याकरिता शास्त्रीयपद्धतीचे उपयोजन म्हणजे 'ऐतिहासिक संशोधन' होय.

गतकालीन घटनांच्या अभ्यासाने त्यांची केवळ माहिती मिळते असे नाही तर वर्तमानस्थितीचे यथार्थ आकलनही होते.

ऐतिहासिक संशोधन इतर संशोधनांपेक्षा भिन्न आहे. प्रायोगिक संशोधनात निरीक्षणे पुन: पुन्हा घेता येतात. परंतु, ऐतिहासिक घटनांची पुनरावृत्ती करता येत नाही. घटना घडून गेल्यानंतर अनेक वर्षांनी तिचा मागोवा घेणे क्लिष्ट व जिकिरीचे काम असते. त्याकरिता उपयोगात आणावयाची साधने भिन्न भिन्न असतात. ऐतिहासिक संशोधनाच्या प्रमुख पायऱ्या पुढीलप्रमाणे आहेत.

१. समस्येचे स्वरूप स्पष्ट करणे. २. माहिती संकलन. ३. संकलित माहितीची मीमांसा. ४. संकलित माहितीचे संयोजन व अर्थ निर्वचन. ५. अहवाल लेखन.

१.३.१२ प्रायोगिक संशोधन

ज्ञान मिळविण्याची ही सर्वांत उत्तम आणि प्रामाणिक संशोधनपद्धती आहे. नियंत्रित परिस्थितीतील निरीक्षण म्हणजे प्रयोग होय. प्रायोगिक पद्धतीमध्ये एक प्रकारची नवीन परिस्थिती उत्पन्न किंवा निर्माण केली जाते. संशोधनात एखाद्या चलाचा परिणाम शोधणे हा हेतू असतो, त्याचा परिणाम शोधावयाचा व ते चल सोडून अन्य सर्व चले नियंत्रित करावयाची असतात. थोडक्यात, स्वतंत्र चल आणि परतंत्र चल यातील संबंध होय. याचाच अर्थ, परतंत्र चलावर होणारा स्वतंत्र चलाचा परिणाम या संशोधनाद्वारे शोधला जातो. उदा. पाणलोट क्षेत्रातील कामामुळे शेतीच्या उत्पादनावर होणारा परिणाम हे प्रायोगिक संशोधनाद्वारे अभ्यासता येते. दोन सारख्याच गुणधर्माचे शेतीचे तुकडे अथवा क्षेत्र निवडायचे, दोन्ही तुकड्यांत अथवा क्षेत्रांत बी-बियाणे पेरायची, या दोन तुकड्यांपैकी फक्त एका तुकड्याला पाणलोट क्षेत्रातील झालेल्या कामाचा लाभ मिळतो, त्यामुळे पाणलोट क्षेत्रातील कामे झाल्यामुळे ज्या तुकड्याला लाभ होतो त्या तुकड्याचा उत्पादकतेवर होणारा परिणाम अभ्यासता येतो.

प्रायोगिक संशोधन म्हणजे काटेकोर परिस्थितीत काय घडेल किंवा काय असेल याचे वर्णन व विश्लेषण केले जाते. प्रायोगिक संशोधनपद्धती जे.एल. मिल यांच्या एक चल घटक सूत्रावर आधारित आहे. जॉन मिल याने १८७२ साली 'एक चल घटक' सूत्र मांडले; हे चलसूत्र पुढीलप्रमाणे आहे.

'जेव्हा दोन परिस्थिती – घटना अथवा अवस्था सर्वप्रकारे सारख्या असतील आणि त्यांपैकी एका परिस्थितीत एक घटक कमी केला अथवा वाढविला परंतु, दुसऱ्या परिस्थितीत काडीमात्र फरक केला नाही, तर त्यानंतर निर्माण होणाऱ्या किंवा घडणाऱ्या घटना त्या एका जोडलेल्या किंवा कमी केलेल्या घटकामुळे झाल्या असे म्हणावे लागते.'

१.४ आर्थिक संशोधनाचे महत्त्व (Importance of Economics Research) :

१८ व्या शतकात अर्थशास्त्र, राज्यशास्त्र, समाजशास्त्र एकत्रितरीत्या सामाजिकशास्त्र संज्ञेखाली अभ्यासली जात होती. २० व्या शतकात प्रत्येक शाखेने स्वतंत्र शाखा निर्माण करून आपापल्या विद्याशाखेचे महत्त्व संशोधन साहित्याआधारे प्रस्थापित केले आहे.

मानवी समाजात व्यक्तीच्या वर्तणुकीचा विशेषतः आर्थिक वर्तणुकीचा विशेष करून सखोल अभ्यास करण्याची आवश्यकता निर्माण झाली. अर्थशास्त्रीय संशोधनात बाजारपेठ विषयक वर्गीकरण, आर्थिक घडामोडींचे विश्लेषण, जागतिक अर्थव्यवस्थेतील आपल्या देशाचे स्थान इत्यादी बहुविध समस्यांबाबत अर्थशास्त्रीय संशोधन केले जाते.

१) आज सामाजिकशास्त्रे शास्त्रीय पद्धतीने अभ्यासली जातात. त्यात संशोधन महत्त्वाचे आहे. प्रत्येक सामाजिक संशोधनात विशिष्ट सामाजिक प्रश्नांवर सोडवणुकीसाठी वेगवेगळ्या पद्धतीने अभ्यास केला जातो; म्हणून या सामाजिक आणि विशेषत: आर्थिक संशोधनास आज महत्त्व प्राप्त झाले आहे, अशा संशोधनातून नवीन ज्ञान मिळते. ते पूर्वसंचित अनुभवांवर व ज्ञानावर अवलंबून असते. प्राचीन काळातील अनुभव समृद्ध असतील, तर आजच्या काळातील संशोधनातील निष्कर्ष प्रभावी ठरू शकतात.

२) **ज्ञानाची प्राप्ती :** संशोधनामुळे समाजात घडणाऱ्या वेगवेगळ्या घटनांसंबंधीचे ज्ञान प्राप्त होत असते. या ज्ञानामुळे त्या घटनांबाबतचे लोकांचे अज्ञान असते ते नाहीसे होते अथवा ते कमी होते.

३) **प्रगतीसाठी पूरक :** सामाजिक संशोधनात समाजाबाबत जर काही उणिवा अथवा दोष दिसून आले तर ते कसे कमी करता येतील, या संदर्भात सामाजिक

संशोधन मदत करते. समाजातील उणिवा कमी करण्यासाठी आणि समाजाच्या प्रगतीसाठी सुचविलेले उपाय महत्त्वाचे ठरतात.

४) **समाज कल्याण :** दारिद्र्य, बेकारी, आर्थिक मंदी इत्यादींविषयी समस्यांची कारणे आणि त्यावर सुचविलेले उपाय हे समाजाच्या कल्याणासाठी उपयोगी ठरतात. वैज्ञानिक अथवा वस्तुनिष्ठ आधारावर काढलेले निष्कर्ष समाजासाठी हितकारक ठरतात.

५) **सामाजिकशास्त्राला मदत :** विविध प्रकारच्या सामाजिक संशोधनामुळे ज्ञान प्राप्त होते. त्या ज्ञानाच्या आधारावर सामाजिकशास्त्राच्या प्रगतीला दिशा मिळते आणि ते सामाजिकशास्त्राच्या प्रगतीला उपयुक्त ठरते.

६) **सामाजिक नियंत्रण :** संशोधनामुळे ज्ञान प्राप्त होते, ज्ञानामुळे सामाजिक नियंत्रण ठेवणे शक्य होते. सामाजिक प्रक्रियेचे जोपर्यंत ज्ञान प्राप्त होत नाही, तोपर्यंत नियंत्रणासाठी उपाययोजना सुचविता येत नाही. त्यासाठी संशोधनातून माहिती मिळवावी लागते. थोडक्यात, संशोधन हे सामाजिक नियंत्रणासाठी महत्त्वाचे असते.

७) **सैद्धांतिक महत्त्व :** आर्थिक घटनांचे वस्तुनिष्ठ विश्लेषण अर्थशास्त्रातील संशोधनामुळे तडीला जात असते. अर्थव्यवस्थेत घडणाऱ्या दैनंदिन घटनांचा आधार घेऊन भविष्यकालीन कथन करण्याची क्षमता अर्थशास्त्रीय संशोधनाने प्राप्त करून घेतल्यामुळे त्याची भविष्यात निराकरण करण्यास मदत होत असते.

८) **अर्थशास्त्राला साहाय्यक :** अर्थव्यवस्थेतील संशोधनामुळे जे ज्ञान प्राप्त होत असते, त्याचा उपयोग अर्थशास्त्राच्या प्रगतीला उपयुक्त ठरत असतो. विविध प्रकारच्या अर्थशास्त्राच्या कक्षेतील संशोधनामुळे जे ज्ञान प्राप्त होते, त्या ज्ञानाच्या जोरावर अर्थशास्त्राच्या प्रगतीला दिशा मिळत असते.

९) अर्थशास्त्रीय संशोधनामुळे अर्थव्यवस्थेतील सर्व क्षेत्रातील (उदा. प्राथमिक, द्वितीय, तृतीय क्षेत्रातील) समस्यांचा वस्तुनिष्ठ अभ्यास करून समस्या सोडविता येतात.

१०) संशोधनातून निघालेल्या निष्कर्षामुळे ज्ञानकक्षा विस्तारली जाते. तिच्यात सुधारणा होते. जीवनस्तर उंचावण्यासाठी संशोधन हे अत्यंत प्रभावी साधन आहे, त्याचे संशोधकासही काही फायदे होतात. त्यांची कार्यक्षमता वाढते. चिकित्सक बुद्धी – निर्णय शक्ती – अनुमान क्षमता इत्यादी गुणांचा विकास होतो.

११) अर्थशास्त्रीय संशोधनात नवीन घटना शोधल्या जातात व परीक्षाणानंतर जुन्यांचे नूतनीकरण होते.

१२) मानवी व्यक्तींच्या वर्तणुकीतील परस्पर संबंध अर्थशास्त्रीय संशोधनात तपासले जातात.

१३) अर्थशास्त्र हे सामाजिक शास्त्र आहे. ॲडमस्मिथच्या व्याख्येनुसार केवळ पैशाचे शास्त्र म्हणून टाकाऊ शास्त्र, हा दर्जा न राहता मार्शलच्या व्याख्येनुसार मानवी वर्तणुकीचा त्यात अभ्यास केला जातो. अर्थशास्त्र हे मानवाच्या आर्थिक स्थितीचा विचार करते. त्यामुळे अर्थशास्त्राला महत्त्व प्राप्त झालेले आहे.

प्रश्न

प्र. १ खालील प्रश्नांची एका वाक्यात उत्तरे लिहा.

१) संशोधनाचा अर्थ सांगा.
२) मूलभूत संशोधन म्हणजे काय?
३) उपयोजित संशोधन म्हणजे काय?
४) कृती संशोधनाचा अर्थ सांगा.

प्र. २ खालील प्रश्नांची थोडक्यात उत्तरे लिहा.

१) संशोधनाची व्याख्या लिहा.
२) मूलभूत संशोधन म्हणजे काय?
३) कृती संशोधन म्हणजे काय?
४) उपयोजित संशोधनाचा अर्थ सांगा.

प्र. ३ खालील प्रश्नांची २०० शब्दात उत्तरे लिहा.

१) संशोधनाचे प्रकार विशद करा.
२) संशोधन म्हणजे काय? आर्थिक संशोधनाचे महत्त्व विशद करा.

प्र. ४ खालील प्रश्नांची २५० ते ३०० शब्दात उत्तरे लिहा.

१) संशोधनाचे प्रकार – मूलभूत अथवा शुद्ध संशोधन; उपयोजित संशोधन आणि कृती संशोधन स्पष्ट करा.
२) आर्थिक संशोधनाचे महत्त्व स्पष्ट करा.

प्रकरण – २

संशोधन आराखडा

(Research Design)

२.१ प्रास्ताविक

२.२ संशोधन आराखड्याचा अर्थ

२.३ संशोधन आराखड्याची आवश्यकता

  २.३.१ संशोधन आराखड्यातील आवश्यक घटक

२.४ संशोधन आराखड्याचे प्रकार

  २.४.१ वर्णनात्मक आराखडा

  २.४.२ निदानात्मक आराखडा

  २.४.३ शोधात्मक अथवा अन्वेषणात्मक आराखडा

  २.४.४ प्रयोगात्मक आराखडा

  २.४.५ प्रयोगात्मक आराखड्याचे महत्त्व

२.५ संकल्पना

  २.५.१ गृहीतकृत्य अथवा परिकल्पना

  २.५.२ संशोधनाचे महत्त्व

२.१ प्रास्ताविक (Introduction) :

माणूस दैनंदिन व्यवहारामध्ये काही योजना आखत असतो आणि आपली उद्दिष्टे साध्य करीत असतो. तसेच मर्यादित साधनांच्या आधारावर अमर्याद गरजा पूर्ण करण्यासाठी पैसा, वेळ आणि शक्ती यांचा योजनापूर्वक वापर करत असतो. संशोधनातसुद्धा योजनापूर्वक आराखडा तयार करून योग्य पद्धतीने पावले टाकली तरच संशोधनाची समस्या, उद्दिष्टे समजू शकतात त्याद्वारे संशोधनाची दिशा व रचना तयार करता येते.

सामाजिक संशोधनातील आणि विशेषतः अर्थशास्त्रीय संशोधनातील ‘संशोधन आराखडा’ ही प्रमुख पायरी आहे. संशोधकाला आपल्या संशोधनात पद्धतशीर नियोजन करावे लागते. त्याची रूपरेषा ठरवावी लागते. संशोधनमांडणीचे स्वरूप निश्चित व स्पष्ट करावे लागते. त्यालाच संशोधनाचा आराखडा म्हणतात. कोणतीही इमारत बांधताना किंवा धरण बांधताना त्या बांधकामाचा जसा आराखडा केला जातो, तसेच संशोधनाचा आराखडा केला जातो. संशोधकास संशोधनाचा आराखडा तयार करताना त्यात संशोधनाचा विषय, उद्देश, अध्ययन, क्षेत्र, कालावधी, नमुना निवडपद्धती ठरविणे, तथ्य संकलनाची साधने ठरविणे, संशोधनकर्त्याचा तपशील ठरविणे या सर्व प्रक्रियेस संशोधनाचा आराखडा म्हणता येईल.

२.२ संशोधन आराखड्याचा अर्थ (Meaning of Research Design) :

संशोधन आराखडा म्हणजे सामाजिक संशोधन तंत्राचा एक प्रकार असून सामाजिक समस्येची पूर्तता करण्याचे ते साधन आहे. त्यासाठी योग्य त्या माहितीची निवड करणे आणि संकलन करणे महत्त्वाचे आहे. त्यासाठी योग्य व्यक्ती, पद्धती, प्रकार, तंत्र आणि संशोधक यांची आवश्यकता असते.

व्याख्या :

संशोधन आराखड्याची विविध सामाजिक संशोधकांनी केलेली व्याख्या पुढीलप्रमाणे आहे.

१. प्रो. रसेल ॲकॉफ (Prof.Russel Ackoff) यांच्या मते, ‘आराखडा ही निर्णयप्रक्रिया आहे. त्यात विशिष्ट घटना गृहीत धरून त्या दिशेने नियंत्रणाखाली नसलेल्या घटनांबाबत भाकीत करण्यासाठी वापरण्यात येणारी पद्धती म्हणजे संशोधन आराखडा होय.’ ही व्याख्या प्रो. रसेल ॲकॉफ यांनी डिझाईन ऑफ सोशल रिसर्च या पुस्तकात दिली आहे.

२. प्रो. मिलर (Prof.Miller) यांनी त्यांच्या 'Designed Research' या पुस्तकात संशोधन आराखड्याची व्याख्या दिली आहे. त्यांच्या मते, ‘संशोधन पूर्ण करताना त्यातील सर्व प्रक्रियांचे नियोजनबद्ध सुसूत्रीकरण म्हणजे संशोधन आराखडा होय.’

३. प्रो. पी.व्ही. यंग (Prof.Young) यांच्या मते, ‘सर्वसामान्य शास्त्रीय प्रारूपामधील विविध संशोधनात्मक प्रक्रियेवर केलेल्या नियंत्रणातून संशोधन आराखडा निर्माण होतो.’

४. जहोडा, डबॉइश आणि कुक (Johoda; Deutsch and Cook) यांच्या मते, 'संशोधन आराखड्यात विविध अटींची अशी व्यवस्था असते की, ज्यांचा संशोधनासाठी आवश्यक त्या माहितीचे संकलन आणि विश्लेषण करण्याकरिता उपयोग होतो आणि हे विश्लेषण संशोधन उद्देशाशी निगडित असते आणि आर्थिक प्रक्रियेशी संबंधित असते.'

५. जनरल डेल (General Del) यांनी साध्या भाषेत संशोधन आराखड्याची व्याख्या देताना सुचविले की, 'चौकशीचे नियोजन आराखडा आणि व्यूहरचना अशा पद्धतीने असते की त्यातून संशोधनात्मक समस्येवर उत्तरही मिळू शकते.'

या विविध व्याख्यांच्या आधारे संशोधन आराखड्यात पुढील प्रश्नांचा समावेश होतो असे म्हणता येईल–

१) अभ्यासाचा विषय कोणता आहे?
२) संशोधन का केले जाते?
३) ते कोठे केले जाते?
४) माहिती संकलनाचा कोणता प्रकार वापरला आहे?
५) तो कोठून मिळवला जाईल?
६) त्यासाठी किती कालावधी लागेल?
७) नमुना निवड आराखडा कसा असेल?
८) माहिती संकलन तंत्र कोणते असेल?
९) माहितीचे विश्लेषण कसे असेल?
१०) संशोधन अहवाल कोणत्या प्रकारे तयार केला जाईल?

थोडक्यात, संशोधन आरखड्यात पुढील बाबी महत्त्वाच्या आहेत–

अ) संशोधन समस्या विधान स्पष्ट शब्दांत असावे.
ब) संशोधनासाठी निवड केलेल्या विशिष्ट गटाची संख्या (population) अभ्यासावी.
क) त्यातून योग्य प्रातिनिधिक स्वरूपाच्या संख्येची निवड करावी.
ड) प्रक्रिया आणि तंत्र यांचा माहिती संकलनासाठी वापर करावा.
उ) संकलित माहितीचे विश्लेषण आणि त्यावरील प्रक्रिया संशोधनात्मक पद्धतीचा वापर करून केली असली पाहिजे.

पूर्वनियोजन (Pre-Planning) : संशोधन कार्य सुरू करण्याअगोदर पूर्वनियोजन केले जाते. संशोधन आराखडा ही पूर्वहेतूक तयार केलेली पूर्वनियोजित प्रक्रिया असते. पूर्वनियोजनाच्या कार्यामध्ये पुढील बाबींचा विचार करावा लागतो–

(अ) प्रथम संशोधकाला अभ्यासविषय निश्चित करावा लागतो; तसेच अभ्यासाचे कार्यक्षेत्र निश्चित करावे लागते त्याबरोबरच अभ्यासाच्या मर्यादांचासुद्धा विचार करावा लागतो. संशोधनाचा आकार मर्यादित असला पाहिजे. (ब) समस्या सूचन केल्यानंतर माहिती कशी व कोठून मिळवावी याविषयीचे विश्लेषण आराखड्यात केले पाहिजे. माहिती योग्य पद्धतीने मिळविण्यासाठी कोणत्या अभ्यास पद्धतीचा उपयोग करावयाचा त्याची माहिती आराखड्यात दिली पाहिजे. (क) संशोधन पूर्ण होण्यासाठी किती कालावधी लागेल याचा उल्लेख संशोधन आराखड्यात असला पाहिजे. संशोधन कार्यात वेळेची मर्यादा असली पाहिजे. (ड) संशोधन करताना कोणकोणत्या घटकांशी संपर्क साधावयाचा याविषयी विचार मांडला पाहिजे. (इ) तथ्यसंकलन किंवा माहिती जमा झाल्यावर त्याचे शास्त्रीय विश्लेषण व त्यातून अर्थशोधन कोणत्या पद्धतीने करणार आहे, याविषयी अंदाज बांधला पाहिजे. माहितीचे विश्लेषण करताना शास्त्रीयपद्धतीचा अवलंब केला जातो; त्यासाठी कोणत्या पद्धतीचा अवलंब केला जाणार तसा उल्लेख केला पाहिजे.

२.३ संशोधन आराखड्याची आवश्यकता (Need of Research Desing) :

सामाजिकशास्त्रात आणि विशेषतः अर्थशास्त्रात संशोधन आराखड्याचे महत्त्व विवाद्य स्वरूपाचे आहे. त्याची कारण मीमांसा पुढीलप्रमाणे आहे.

१) **श्रम, वेळ व पैशांचा पर्याप्त वापर :** संशोधन आराखड्यामुळे विविध समस्यांचे निराकरण कमी वेळात परिणामकारक आणि सुलभरीत्या होऊ शकते. त्यामुळे कमीत कमी श्रम, वेळ आणि कमीत कमी पैशांत जास्तीत जास्त माहिती संकलित होते, हे पुढील उदाहरणावरून लक्षात येईल. घर बांधताना आपण ख्यातनाम वास्तूतंत्रशास्त्रज्ञाकडून घराचा आराखडा तयार करून घेतो. त्यामुळे कमी खर्चात आकर्षक, चिरकाल टिकणारे व चांगल्या प्रकारचे घर आपणास बांधता येते.

२) **तथ्य विश्लेषण :** त्यासाठी आगाऊ योजना करणे गरजेचे व आवश्यक असते. त्या योजनेत माहिती संकलन आणि माहितीचे विश्लेषण, संशोधनातील

उद्दिष्टे लक्षात घेऊन उपलब्ध मनुष्यबळ, पैसा आणि वेळेत ते काम कसे करून घ्यावे, याचे मार्गदर्शन घ्यावे लागते.

३) संशोधन प्रकल्प संशोधन आराखड्यावर आधारित असतो.

४) संशोधकांच्या विविध कल्पनांना संशोधन आराखड्याद्वारे संशोधनात पूर्ण स्वरूप देता येते.

५) नियोजित अभ्यासाचे टीकात्मक परीक्षण करण्यास संशोधन आराखड्याचा उपयोग होतो.

६) **अचूक निष्कर्षाची माहिती** : संशोधनाच्या आराखड्यामुळे संशोधन विषयाला एक निश्चित दिशा मिळण्याला मदत होते. सुरवातीपासून शेवटपर्यंत आराखड्यात संशोधन विषयीची माहिती असते. आराखड्यामुळे संशोधकाला आपले निष्कर्ष किती बिनचूक काढता येतील याचा अंदाज येतो. आराखडा नसेल तर संशोधकाला ज्या अभ्यास पद्धतीचा उपयोग करून घ्यायचा असतो, त्याच्या मदतीने उपलब्ध होणारी तथ्ये आणि त्या तथ्यांचा आधार घेऊन काढलेले निष्कर्ष अचूक निघण्याची शक्यता नसते. तसेच संशोधकसुद्धा या बाबतीत सांशक असतो.

७) **आदर्श रूपरेषा :** समस्या निश्चित केल्यानंतर त्यासंबंधी निष्कर्ष मांडून त्या संबंधी अधिकाधिक माहिती उपलब्ध करून देणे महत्त्वाचे असते. त्या समस्येची गुंतागुंत कशी सोडविता येईल या संबंधीचा पूर्ण विचार करणे आवश्यक असते. समस्येच्या सर्व अंगाचा विचार करताना त्या समस्येसंबंधीचे चित्र डोळ्यासमोर असले पाहिजे. त्यासाठी संशोधन आराखडा तयार केला पाहिजे.

८) **तंत्र व साधन :** संशोधन विषय निश्चित झाल्यावर त्या संबंधीची माहिती मिळविणे ही महत्त्वाची बाब आहे. ही माहिती जेवढी अचूक व वस्तुनिष्ठ असेल, तितके त्या आधारे वाढलेले निष्कर्ष अचूक आणि वस्तुनिष्ठ असतात. त्यासाठी माहिती मिळविण्याची कोणती तंत्रे आणि साधने वापरावयाची हा विचार मूलभूत असतो. यासाठी तंत्र साधनेचा पूर्ण विचार करणे आवश्यक असते.

२.३.१ संशोधन आराखड्यातील आवश्यक घटक (Factors of Research Design) :

संशोधन आराखडा तयार करताना संशोधकाने पुढील घटकांचा विचार केला पाहिजे–

१) **संशोधन क्षेत्र :** संशोधन समस्येचे कार्यक्षेत्र निश्चित करावे. आपले संशोधन कशा संबंधीचे आहे त्यासाठी कोणती माहिती आवश्यक आहे हे संशोधकाने ठरवावे. उदा. आजारी कापड उद्योगाबाबत संशोधन विषय असल्यास त्याची व्याप्ती भारतापुरती, महाराष्ट्रापुरती की एखाद्या शहरापुरती आहे हे ठरवावे लागते; तसेच संशोधन विषयाचा अभ्यासकालखंड ठरवावा लागतो.

२) संशोधनासाठी निवडलेल्या विषयात संशोधन कसे महत्त्वाचे आहे ते संशोधकास स्पष्ट करावे लागते. त्यासाठी संशोधनाची उद्दिष्टे निश्चित करावी लागतात.

३) माहितीसंकलन करण्यासाठी कोणती पद्धत वापरणार त्याचे स्पष्टीकरण संशोधकाने दिले पाहिजे. संशोधनासाठी माहिती मिळवताना किती व कोणाच्या मुलाखती घ्यावयाच्या, मुलाखत देणाऱ्यांची निवड कशा पद्धतीने करावयाची याची नोंद संशोधन आराखड्यात असली पाहिजे.

४) संशोधनात नमुना निवड पद्धती महत्त्वाची असते. एखाद्या उद्योगातील कामगारांच्या आर्थिक व सामाजिक स्थितीचा अभ्यास करताना कोणता कारखाना निवडावयाचा, त्यात एकूण कामगार किती, त्यांचेपैकी मुलाखतीसाठी किती कामगार निवडावयाचे हे ठरवावे लागते. सर्व एककांची उत्पन्नाचे आधारे, शिक्षणाच्या आधारे, भौगोलिक क्षेत्राच्याआधारे किंवा वयोमानानुसार गटसंख्या निश्चित करून त्यांची प्रातिनिधिक स्वरूपाची एककांची नमुना म्हणून निवड करावी लागते.

२.४ संशोधन आराखड्याचे प्रकार (Types of Research Design) :

व्यापक अर्थाने संशोधन आराखडा म्हणजे 'नियोजन' असते. त्या नियोजनाआधारे माहिती संकलित केली जाते आणि पाहणी केली जाते. संशोधन आराखड्याचे विविध प्रकार आहेत. संशोधन आराखड्याचे प्रकार तक्ता २.१ मध्ये विशद केले आहेत. त्यातील चार प्रमुख प्रकार पुढीलप्रमाणे सांगता येतील.

२.४.१ वर्णनात्मक आराखडा (Descriptive Design) :

वर्णनात्मक आराखड्याचा उद्देश म्हणजे एखाद्या समस्येशी संबंधित असलेल्या वास्तविक तथ्यांच्या/माहितीच्या आधारावर वर्णनात्मक विश्लेषण करणे. असे विश्लेषण करता यावे म्हणून या विषयाच्या बाबतीत यथार्थ आणि पूर्ण माहिती प्राप्त करून घेणे आवश्यक असते. अशी माहिती प्राप्त नसेल, तर त्याला शास्त्रीय संशोधन म्हणता येत नाही. शास्त्रीय वर्णनाचा आधार 'वास्तव व विश्वासनीय माहिती' हा असतो. जसे

शिक्षण स्तर, कुटुंबाचे प्रकार, कुटुंबाचे उत्पन्न इत्यादी विषयांचे वर्णनात्मक विश्लेषण करावयाचे असेल तर त्या त्या विषयासंबंधी असलेल्या माहितीची एक अथवा अनेक शास्त्रीयपद्धती वापरून वास्तव माहिती संकलित केली पाहिजे. संशोधकाने अशी माहिती संकलित करण्याचा प्रयत्न केला पाहिजे व त्या आधारे संशोधनाचा आराखडा विकसित केला पाहिजे.

अशा प्रकारे तथ्याधिष्टित माहितीच्या आधारे वर्णनात्मक विश्लेषण करणे म्हणजे वर्णनात्मक आराखडा तयार करणे होय.

या आराखड्यात मुख्यत: मुलाखती, अनुसूची, प्रश्नावली, प्रत्यक्ष निरीक्षण, सामुदायिक रेकॉर्ड, निरीक्षण व त्यांचे विश्लेषण या सर्वांचा समावेश होतो.

अर्थ – वर्णनात्मक आराखड्यात खालील बाबींवर विशेष लक्ष द्यावे लागते.

१) अभ्यासाच्या विषयाची निवड काळजीपूर्वक केली पाहिजे. संशोधन विषय असा निवडावा की, तथ्ये संकलित करता येतील.

२) संशोधनासाठी कोणत्या तंत्राचा वापर करून माहिती गोळा करणार त्या तंत्राची निवड कौशल्याने केली पाहिजे.

३) वर्णनात्मक आराखडा तयार करण्यासाठी संशोधकाने पूर्वग्रह, पक्षपातीपणा, गैरसमज इत्यादींचा संशोधनात प्रवेश होणार नाही याची काळजी घेतली पाहिजे.

४) संशोधकाने विशिष्ट व आकर्षक तथ्यांच्या बाबतीत संतुलित दृष्टिकोन ठेवला पाहिजे.

५) संशोधकाने खर्च काटकसरीने केला पाहिजे. वर्णने मर्यादितच करणे गरजेचे असते. अनावश्यक ठिकाणी श्रम आणि पैसा खर्च करणे अयोग्य ठरते.

या आराखड्यामुळे संशोधकाला संशोधनासाठी निवडलेल्या विषयावर वर्णनात्मक विवेचन करता येते. यातील संशोधनपद्धती गुणात्मक स्वरूपाची असते. उदा. लोकांनी उच्चारलेले आणि लिखित स्वरूपातील शब्द, त्यातील वर्तणुकीबाबत माहिती देतात. या वर्णनात्मक आराखड्याचे तीन दृष्टिकोन पुढीलप्रमाणे सांगता येतात–

अ) सहभागी निरीक्षण, ब) व्यक्तिगत लिखित साहित्य, क) अनियोजित स्वरूपाची मुलाखत. त्यांची माहिती पुढीलप्रमाणे आहे.

अ) सहभागी निरीक्षण : याचा साधा अर्थ असा की, संशोधनासाठी निवडलेल्या विषयाबाबत संशोधक आणि मुलाखत देणारा यांच्यात सुसंवाद असणे महत्त्वाचे असते.

अशा प्रकारच्या सहभागी निरीक्षणाचे तीन भाग आहेत.

१) क्षेत्रीय पाहणीपूर्वीची स्थिती

२) क्षेत्रीय पाहणीतील स्थिती

३) आकडेवारी किंवा माहिती विश्लेषण

१) क्षेत्रीय पाहणी पूर्वीची स्थिती : ढोबळमानाने असे आढळून येते की, सर्वच संशोधक सर्वसाधारण प्रश्न मनामध्ये तयार करतात आणि मग मुलाखतीस जातात. क्षेत्रीय पाहणी पूर्वीचे कामात निरीक्षकांच्या काही निर्णयांचा समावेश असतो. त्यात मुलाखत देणाऱ्याशी संपर्क साधण्याचाही समावेश होतो.

२) क्षेत्रीय पाहणी : संशोधनाचा गाभा म्हणजे क्षेत्रीय पाहणी होय. या क्षेत्रीय पाहणीचा गुणात्मक संशोधनात महत्त्वाचा सहभाग असतो. क्षेत्रीय पाहणीच्यावेळी संशोधकाने पुढील बाबी लक्षात घेणे आवश्यक आहे–

१. क्षेत्रीय पाहणी यशस्वी होण्यासाठी क्षेत्रीय पाहणी करण्याबाबतचे कौशल्य संशोधकाजवळ असले पाहिजे.

२. संशोधकाने मुलाखत देणाऱ्याच्या विधानाबाबत किंवा वर्तणुकीबाबत प्रत्युत्तर किंवा आव्हान देऊ नये किंवा आपली बाजू लादण्यासाठी प्रश्न विचारू नयेत.

३. संशोधकाने मुलाखत देणाऱ्यावर पूर्ण विश्वास ठेवावा आणि मुलाखत घेताना चांगली वातावरणनिर्मिती कायम ठेवावी.

४. संशोधकाने मुलाखत देणाऱ्याची वेळ आणि त्याचे कामाचे ठिकाण मुलाखत देणाऱ्याच्या सोयीनुसार निश्चित करून मुलाखत घेणे महत्त्वाचे आहे. संशोधकाने मुलाखत देणाऱ्याचा विश्वास संपादन करावा.

५. मुलाखत देणाऱ्याशी संशोधकाने सातत्याने संपर्कात असले पाहिजे. त्यामुळे मुलाखत देणाऱ्यास एक आपुलकी निर्माण होते.

६. संशोधकाने मुलाखत देणाऱ्यांच्या उपक्रमात सहभागी असावे.

७. संशोधकाने मुलाखत देणाऱ्याच्या दैनंदिन जीवनात हस्तक्षेप होणार नाही याची काळजी घ्यावी.

८. आपणास माहितीसंकलन करावयाचे आहे, या उद्देशावर संशोधकाने लक्ष द्यावे.

९. संशोधकाने प्रश्नावलीमध्ये वापरलेले शब्द आणि चिन्हे मुलाखत देणाऱ्यास परिचित असली पाहिजेत.

१०. संशोधकाने मुलाखत देणाऱ्याच्या कलानुसार प्रश्न विचारून मुलाखत देणाऱ्याच्या मनातील अंतरंग समजावून घ्यावेत मुलाखत देणाऱ्यावर सक्ती करू नये.

तक्ता क्र. २.१ : संशोधन आराखडा प्रकार

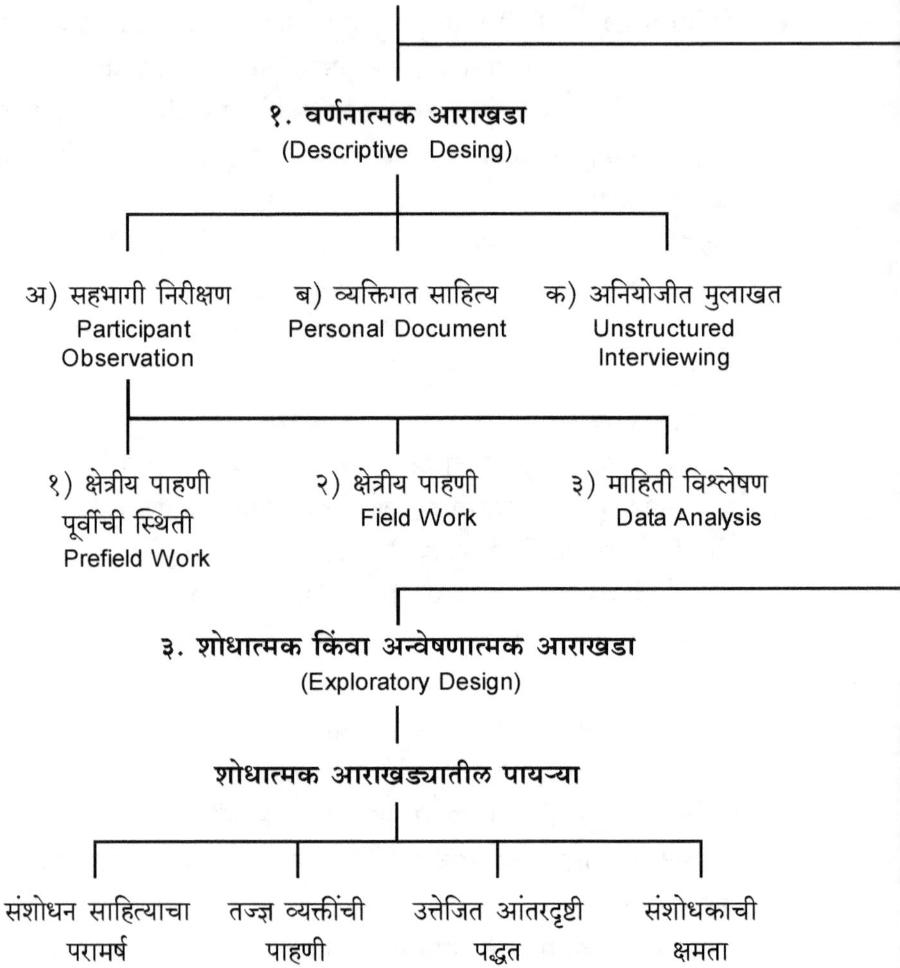

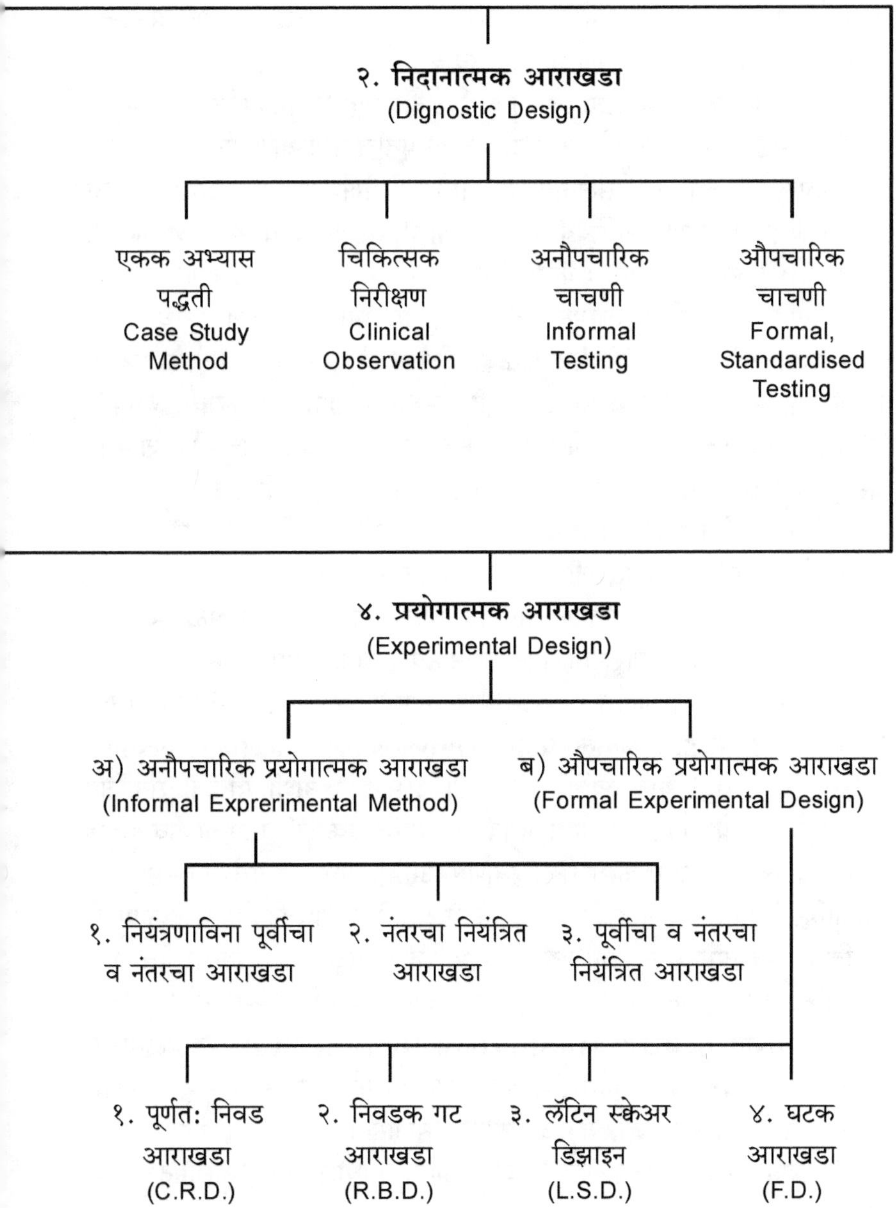
२. निदानात्मक आराखडा
(Dignostic Design)
एकक अभ्यास पद्धती
Case Study Method
चिकित्सक निरीक्षण
Clinical Observation
अनौपचारिक चाचणी
Informal Testing
औपचारिक चाचणी
Formal, Standardised Testing
४. प्रयोगात्मक आराखडा
(Experimental Design)
अ) अनौपचारिक प्रयोगात्मक आराखडा
(Informal Exprerimental Method)
ब) औपचारिक प्रयोगात्मक आराखडा
(Formal Experimental Design)
१. नियंत्रणाविना पूर्वीचा व नंतरचा आराखडा
२. नंतरचा नियंत्रित आराखडा
३. पूर्वीचा व नंतरचा नियंत्रित आराखडा
१. पूर्णत: निवड आराखडा
(C.R.D.)
२. निवडक गट आराखडा
(R.B.D.)
३. लॅटिन स्क्वेअर डिझाइन
(L.S.D.)
४. घटक आराखडा
(F.D.)

११. प्रत्येक पाहणीनंतर संशोधकाने क्षेत्रीय पाहणीबाबत स्वतःच्या नोंदी ठेवाव्यात. त्यात मुलाखतीचा दिनांक, वेळ आणि ठिकाण याची नोंद ठेवावी. तसेच प्रत्येक मुलाखतीच्या वेळेस मुलाखत घेतानाची स्थिती नोंदवावी. तसेच नवीन मुद्दा, नवीन परिच्छेदात नोंदवावा आणि आवश्यक त्या ठिकाणी मुलाखत देणाऱ्याचे उद्‌गार स्वतंत्रपणे नोंदवून ठेवावे.

३) **आकडेवारी किंवा माहिती विश्लेषण :** क्षेत्रीय पाहणीत मिळालेल्या माहितीची योग्य मांडणी करून विश्लेषण करावे. त्यात पुढील पायऱ्या येतात. मुलाखतीत मिळालेल्या लोकांचे संक्षेपीकरण आणि निरीक्षण, तसेच आकडेवारीचे तालिकीकरण आणि सांख्यिकीपद्धतीने त्यांची मांडणी, यांचा समावेश असतो. कामास सुरुवात करताना शक्यतो विश्लेषणात्मक पद्धतीबाबत योग्य नियोजन केलेले असले पाहिजे. त्यामुळे वेळ, पैसा, श्रम आणि कागद यात बचत होते.

माहितीविश्लेषणात संक्षेपीकरण काळजीपूर्वक करावे. त्यातील त्रुटी दूर कराव्यात. तसेच तालिकीकरण बिनचूक असावे. त्याची वारंवार फेरतपासणी करावी. यांत्रिकी पद्धतीने तालिकीकरण करताना माहितीची योग्य कार्डावर नोंद ठेवावी. तसेच संख्याशास्त्रीय विवेचन योग्य पद्धतीने सरासरी टक्केवारी आणि विविध सहगुणकांचा वापर करावा.

अ) **व्यक्तिगत लिखित साहित्य** : या स्वरूपाच्या माहितीत व्यक्तीचे वर्णन असते. त्याचे व्यक्तिगत जीवन किंवा विशिष्ट घटनेबाबत त्याचा प्रतिसाद त्यात असतो. असे व्यक्तिगत साहित्य मौल्यवान असते. ते मूळ स्वरूपात किंवा योग्य संपादित स्वरूपात जतन करून ठेवले जाते. ते प्रामुख्याने आत्मचरित्र, दैनंदिनी, पत्रे किंवा प्रदीर्घ मुलाखत या स्वरूपात जतन करून ठेवलेले असते.

ब) **व्यक्तिगत साहित्य संकलनपद्धती (Process of Collecting Personal Document)** : यात व्यक्तिगत माहिती असल्याने अशी माहिती संकलित करताना संशोधकाने आपणास नेमकी कोणत्या प्रकारची माहिती हवी आहे आणि त्याचा वापर कसा केला जाणार आहे, याबाबत वृत्तपत्रात सविस्तर जाहिरात अगर निवेदन देऊन ही माहिती मिळवावी. संशोधकाच्या गृहीतकाप्रमाणे किंवा संकल्पनेनुसार अशा व्यक्तिगत माहितीचे संक्षेपीकरण करता येते. त्या व्यक्तिगत माहितीत संबंधित माहितीचे विचार स्पष्ट होत असतात.

क) **अनियोजित मुलाखती (Unstructured Interviewing)** : ढोबळमानाने दोन प्रकारे प्रश्नावली आधारे माहिती संकलित करता येते–

अ) नियोजित मुलाखत, ब) अनियोजित मुलाखत

नियोजित मुलाखतीत मुलाखतीबाबतचे प्रश्न आधीच तयार असतात. मात्र,

अनियोजित मुलाखतीत असे पूर्वनियोजित प्रश्न नसतात. प्रश्न विचारण्याची पद्धत, प्रश्नांचा क्रम निश्चित केलेला नसतो. या प्रकारात मुलाखतकर्ता स्वतःचे स्वातंत्र्य वापरून विशिष्ट परिस्थितीनुसार ऐनवेळचे प्रश्न विचारतो; ही मुलाखत देणाऱ्याच्या स्थितीवर अवलंबून असते. यात विशिष्ट पूर्वनियोजित साचेबंद मुलाखतीऐवजी मुलाखतीचा उद्देश सफल होण्यावर भर दिला जातो. संशोधक आणि मुलाखत देणारा यांच्यात सहसंवाद असतो. नियोजित आणि अनियोजित मुलाखतींआधारे माहितीसंकलन केले जाते. प्रामुख्याने, गट संशोधनात नियोजित मुलाखतपद्धती आणि व्यक्तिगत स्वरूपाच्या संशोधनात अनियोजित मुलाखतपद्धती वापरली जाते.

२.४.२. निदानात्मक आराखडा (Dignositc Design) :

संशोधनआराखड्यातील निदानातील आराखडा ही शास्त्रशुद्ध पद्धत आहे. व्यापक अर्थाने निदानात्मकपद्धतीच्या घटनेच्या निदानात्मकपद्धतीशी ती निगडित आहे. याचा मुख्य उद्देश माहितीचे विच्छेदन आणि वर्गीकरण, व्यक्तिमत्त्व वर्णन, (घटनेच्या) अंतर्बाह्य स्थितीचे भाकीत यांचा या पद्धतीच्या उद्दिष्टात समावेश होतो. माहितीचा अर्थ लावताना संशोधकाने आपले कौशल्य वापरले पाहिजे. संशोधकाला संशोधनसमस्येचे महत्त्व, त्याची कारणमीमांसा आणि अपेक्षित मार्ग याबाबत जाणीव असली पाहिजे.

'एखाद्या समस्येचे वास्तविक ज्ञान करून घेणे, त्याची कारणपरंपरा समजून घेऊन ती समस्या सोडविण्याच्या दृष्टीने उपाययोजना सूचविणे, अशा प्रकारच्या संशोधनाला 'निदानात्मक संशोधन' असे म्हणतात.'

निदानात्मक आराखड्यातील माहिती चार प्रकारे मिळविता येते.

१) एकक अभ्यास पद्धती   २) निदानात्मक निरीक्षण

३) औपचारिक चाचणी   ४) अनौपचारिक चाचणी

त्याचा तपशीलवार अभ्यास पुढीलप्रमाणे–

१. **एकक अभ्यासपद्धती (Case Study Method) :** यात प्रामुख्याने विशिष्ट घटकाच्या विकासाचा ऐतिहासिक आढावा व महत्त्व विचारात घेतले जाते. त्यात व्यक्ती, कुटुंब, गट, सामाजिक संस्था यांचा समावेश होतो. या पद्धतीत सूक्ष्मरीत्या सखोल विवेचन आढळते. या पद्धतीत मिळविलेली पुरेशी माहिती सत्य स्वरूपात सातत्याने आणि गोपनीय स्वरूपात असली पाहिजे.

२. **मुलाखत (Interview) :** मुलाखत म्हणजे 'विशिष्ट हेतूने केलेले संभाषण'. प्रा. गुड आणि प्रा. हॅट यांच्या मते, मुलाखत म्हणजे 'सामाजिक प्रतिक्रियांची परिणती होय, व्यक्तिगत संबंधावर विशेषतः संशोधक व मुलाखत देणाऱ्यांच्यातील

संबंध चांगले असावेत. मुलाखत घेणे ही कला आहे. संशोधकाजवळ तसे कौशल्य असले पाहिजे.

३. **चिकित्सक किंवा निदानात्मक निरीक्षण (Clinical Observation):** यात विविध घटकांचा सूक्ष्म व सखोल अभ्यास येतो. पारंपरिक एकक अभ्यास पद्धती विस्तारित शैक्षणिक अनुभवजन्य स्वरूपाशी निगडित असते; त्यात गुणात्मक विश्लेषण आढळते.
   अनेक समस्या गुंतागुंतीच्या असतात. त्यात विविध घटकांचा एकत्रित अभ्यास सातत्याने करणे गरजेचे असते.

२.४.३ शोधात्मक अथवा अन्वेषणात्मक आराखडा (Exploratory Design) :

अन्वेषणात्मक संशोधनाचा उद्देश एखाद्या सामाजिक घटनेच्या मुळाशी असलेल्या कारणांचा शोध घेणे हा असतो. शास्त्रीय अभ्यासात ही महत्त्वाची पद्धत आहे. सामाजिक संशोधकांना विशेषतः अर्थशास्त्रीय संशोधकांना विविध शास्त्रीय घटक वारंवार तपासावे लागतात. शास्त्रीय संशोधनाची पहिली पायरी म्हणजे 'शोधात्मक आराखडा पद्धती' होय. त्यात अनेक निष्कर्ष व्यवस्थितरीत्या मांडले जातात. दवाखान्यात डॉक्टर पेशंटच्या विविध तक्रारी ऐकून त्यांचे वर्गीकरण करून, रोग्याची तपासणी करून रोगाचे निदान करतात; तशी ही पद्धती आहे.

शोधात्मक आराखड्यातील टप्पे (Steps to be taken in Exploratary Design) : या प्रकारात सामाजिक संशोधकास किंवा अर्थशास्त्रीय संशोधकास पुढील पायऱ्या वापराव्या लागतात–

१) उपलब्ध साहित्याचा मागोवा

२) संशोधकांचा वेळ, पैसा वाचविण्यासाठी सामाजिक संशोधनात आणि अर्थशास्त्रीय संशोधनात उपलब्ध साहित्याचा आढावा घेण्यावर भर दिला जातो. या साहित्याच्या अभ्यासावरून व्यवहार्य स्वरूपाची अर्थपूर्ण अशी गृहीते प्रस्थापित करता येतात.

अ) **सक्षम लोकांची पाहणी (Survey of Competent People) :** सामाजिक संशोधनात आणि अर्थशास्त्रीय संशोधनात सर्वसाधारणपणे असे आढळते की, काही ठरावीक व्यक्तींकडे आपण अभ्यासासाठी निवडलेल्या विषयाबाबत व्यावहारिक अनुभव असतो. उदा. शेअर मार्केट मधील दलालांकडे भागभांडवलाच्या किमतीच्या चढ-उताराविषयी अनुभवजन्य माहिती असते. याच्या चढ-उताराची कारणे त्यांना माहीत असतात. त्यांच्याकडून याविषयी

अधिक चांगल्यारीतीने माहिती मिळविता येते. हे दलाल आपल्या व्यावहारिक अनुभवांच्या आधारे संशोधकास आवश्यक ती माहिती देऊ शकतात. यामध्ये संशोधकाचा वेळ व श्रम वाचतात. शेअर मार्केटमधील या दलालांकडे ही अनुभवजन्य माहिती त्याच्या दैनंदिन व्यावसायिक कामातून संकलित होत असते. त्याची समाजशास्त्रज्ञांना आणि विशेषतः अर्थशास्त्रीय संशोधकांना बहुमूल्य मदत होते.

ब) आंतरदृष्टी उत्तेजित करणारी पद्धती (Stimulating Insight Method) : समाजशास्त्रज्ञास आणि विशेषतः अर्थशास्त्रज्ञास संशोधन हाती घेताना एक गोष्ट लक्षात ठेवावी लागते की, त्याने निवड केलेला गट विश्वासपूर्वक आहे. यालाच 'उत्तेजित आंतरदृष्टी पद्धत' म्हणतात. उदा.सैद्धांतिक दृष्टिकोनात सिग्मंड फ्रॉईड (Sigmand Freud) यांनी या पद्धतीचा अवलंब केला आहे. समाजशास्त्रात व अर्थशास्त्रात संशोधकाचा दृष्टिकोन समतोल असून तो अधिक संवेदनक्षम असतो. संशोधकाने हेही लक्षात ठेवावे की, त्याच्या पाहणीचे निष्कर्ष नवीन माहिती मिळताच बदलले जाण्याची शक्यता असते.

क) संशोधकाची क्षमता : सामाजिकशास्त्रात आणि विशेषतः अर्थशास्त्रीय संशोधनात विविध घटकांत आणि संकलित माहितीआधारे बिनचूक निष्कर्ष काढण्याची आणि विविध घटकांमधील अर्थ शोधण्याची संशोधकाकडे क्षमता असली पाहिजे. त्यालाच संशोधकाची 'एकात्मशक्ती' म्हणतात. थोडक्यात, कोणतेही संशोधनपद्धतीअभावी निष्फळ होऊ नये, त्यासाठी ही शोधात्मक आराखडा पद्धती सुचविली जाते. ही पद्धत अधिक लवचिक आहे, कारण त्यात विविध तत्त्वांचा एकाचवेळी विचार केला जातो. या पद्धतीतून मांडलेले निष्कर्ष भविष्यकाळासाठी मार्गदर्शक ठरतात.

२.४.४. प्रयोगात्मक आराखडा (Experimental Method) :

जॉन स्टुअर्ट मिल याने प्रामुख्याने ही पद्धती विकसित केली. प्रो. आर.ए.फिशर यांनी या पद्धतीचा वापर केला. फिशर हा (Rothamsted Experimental Station) येथे काम करत असताना त्याने ही पद्धत वापरली. फिशरने कृषिक्षेत्रात काम करत असताना जमिनीचे वेगवेगळे तुकडे करून त्या प्रत्येक तुकड्यात वेगळे अनुभव घेतले. या माहितीचे संकलन करून वास्तववादी स्वरूपाचे निष्कर्ष मांडले. शास्त्रशुद्ध पद्धतीने गृहीतकांची सत्यासत्यता पडताळणी ही पद्धत आजही अनेक विद्याशाखेत वापरली जाते. थोडक्यात, गृहीतक मांडून संशोधनाला निश्चित दिशा द्यावयाची असते.

प्रो. आर. ए. फिशर यांनी अनुभवजन्य संशोधन आराखड्याची तीन मूलभूत तत्त्वे सांगितली-

१) पुनरुक्ती तत्त्व (Principle of Replication)

२) यादृच्छिक निवड (Principle of Randomization)

३) स्थानिक नियंत्रणाचे तत्त्व (Principle of Local Control)

१) **पुनरुक्ती तत्त्व (Principle of Replication) :** या तत्त्वानुसार वारंवार तेच अनुभव आल्यावर एकच निष्कर्ष म्हणता येतो आणि हा निष्कर्ष अनेक उदाहरणांमध्ये पडताळून पाहता येतो. उदा. आपण दोन प्रकारच्या भाताच्या जातींचे परिणाम अभ्यासतो. तेव्हा अनुभवासाठी उपलब्ध जमिनीचे दोन भाग करून दोन्ही जातींची लागवड करता येणाऱ्या उत्पादनाची तुलना करतो आणि निष्कर्ष काढतो. जेव्हा हा अनुभवजन्य निष्कर्ष दुसऱ्या उदाहरणात आढळून येतो, त्या वेळेला त्या निष्कर्षांची सत्यता प्रस्थापित होते.

२) **यादृच्छिक निवड (Principle of Randomization) :** या पद्धतीत आपण अभ्यासासाठी निवडलेल्या घटकांची संख्या वेगवेगळ्या प्रकारे निवडतो. या तत्त्वामुळे असा आराखडा आपण वापरू शकतो की, ज्यामुळे योग्य ते निष्कर्ष प्रस्थापित होऊ शकतील. गव्हाच्या एकाच जातीची लागवड करावयाची असल्यास, एका तुलनेत त्या जातीचा गहू आणि दुसऱ्या तुकड्यात दुसऱ्या जातीचा गहू पेरला जातो. या वेळी जमिनीचा कस सारखाच असला पाहिजे. तो नसेल, तर आपले निष्कर्ष योग्य व वास्तववादी असणार नाहीत.

३) **स्थानिक नियंत्रणाचे तत्त्व (Principle of Local Control) :** अनुभवजन्य आराखड्यात हे महत्त्वाचे तत्त्व आहे. यात आपण जमिनीचे एकसारखे अनेक तुकडे करतो. त्यांना ब्लॉक्स म्हणतो. तो ब्लॉक अभ्यासासाठी अनेक प्लॉटमध्ये विभागतो. त्यामध्ये यादृच्छिकपद्धतीचा अवलंब करून योग्य निष्कर्ष प्रस्थापित करण्याचा प्रयत्न करतो.

२.४.५ प्रयोगात्मक आराखड्याचे महत्त्व (Importance of the Experimental Design) :

स्थूलमानाने प्रयोगात्मक आराखड्याचे दोन प्रकार केले जातात-

१) अनौपचारिक प्रयोगात्मक आराखडा

२) औपचारिक प्रयोगात्मक आराखडा

१) अनौपचारिक प्रयोगात्मक आराखडा (Informal Experimental Design)

या आराखड्यांचे तीन प्रकार पडतात-

१. नियंत्रणाविना पूर्वीचा आराखडा आणि नंतरचा आराखडा (Uncontrolled before and after Design)

२. फक्त नंतरचा नियंत्रणात्मक आराखडा (After only with Control Design)

३. पूर्वीचा आणि नंतरचा नियंत्रणात्मक आराखडा (Before and after with Control Design)

२) औपचारिक प्रयोगात्मक आराखडा (Formal Experimental Design)

यांचे चार प्रकार आहेत-

१. पूर्णपणे निवड आराखडा (Completly Randomised Design (C.R.D.)

२. निवडक गट आराखडा (Randomised Block Design (RBD))

३. लॅटिन स्क्वेअर आराखडा (Latin Squre Design (LSD))

४. घटक आराखडा (Factroal Design (F.D.))

अनौपचारिक आणि औपचारिक प्रयोगात्मक आराखड्याची सविस्तर माहिती पुढीलप्रमाणे सांगता येईल-

१) अनौपचारिक प्रयोगात्मक आराखडा (Informal Experimental Design)

या प्रकारात प्रामुख्याने वेगवेगळ्या संख्येवर आणि फरकावर विवेचन केलेले आढळते. त्यांत तीन प्रकार आहेत-

१. नियंत्रणाविना पूर्वीचा आराखडा आणि नंतरचा आराखडा : या प्रकारात एकक चाचणी गट निवडला जातो. परावलंबी घटक विशिष्ट प्रक्रियेच्या अंमलापूर्वी मोजला जातो. विशिष्ट प्रक्रिया सुरू होते आणि परावलंबी घटक प्रक्रियेनंतर पुन्हा अभ्यासला जातो. हे पुढील तक्त्याने स्पष्ट होते.

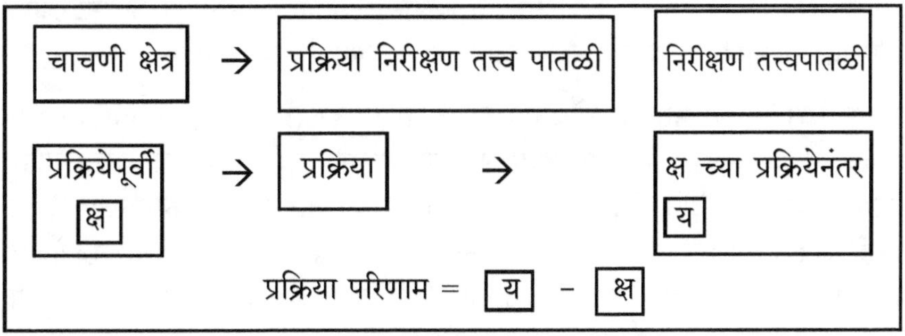

या आराखड्यात प्रमुख अडचण म्हणजे कालावधीनंतर बाह्यबदल या प्रक्रियेत परिणामकारक ठरतात. या प्रक्रियेला यशस्वी प्रयोग म्हणतात. ही पद्धत प्रयोगशाळा संशोधनात वापरली जाते, त्या वेळी त्यात पुढील क्रम आढळतो.

प्रयोग गट		उत्तेजनापूर्वी मापन		उत्तेजनानंतरचे मापन
अ	⟶	$अ_१$	⟶	$अ_२$

२. फक्त नंतरचा नियंत्रणात्मक आराखडा (After only with Control Design) : हा अनौपचारिक प्रयोग आराखड्याचा महत्त्वाचा दुसरा प्रकार आहे. या आराखड्यात दोन गट (सूचित क्षेत्र आणि नियंत्रण) निवडले जातात. प्रक्रिया फक्त सूचित क्षेत्रावर केली जाते. बदलता घटक मोजला जातो. यात प्रक्रियापरिणाम मोजण्यासाठी चाचणीक्षेत्रातून नियंत्रित क्षेत्रातील परावलंबी घटकाचे मूल्य वजा केले जाते, ते पुढील तक्त्यात दाखविले आहे.

चाचणी क्षेत्र	प्रक्रिया सुरू	निरीक्षण तत्त्व पातळी (य)
नियंत्रण क्षेत्र		प्रक्रियेविना तत्त्व पातळी (क्ष)
	प्रक्रिया परिणाम = (य) - (क्ष)	

या आराखड्यात मूलभूत गृहीतक मानले आहे. त्यानुसार चाचणी क्षेत्र आणि नियंत्रण क्षेत्र ही दोन्ही क्षेत्रे अपेक्षित वर्तणुकीनुसार समान आहेत. या आराखड्यात समस्याविना माहिती संकलित केली जाते. हा आराखडा श्रेष्ठ मानला जातो.

३. पूर्वीचा आणि नंतरचा नियंत्रणात्मक आराखडा (Before and after with Control Design) : हा आराखडा महत्त्वाचा आहे. सर्व संशोधनात याचा वापर केला जातो. यात दोन क्षेत्रे निवडली जातात. परावलंबी घटक एकसारख्या वेळेत दोन्ही क्षेत्रांत मोजले जातात. नंतर प्रक्रिया क्षेत्रावर केली जाते आणि प्रक्रियेनंतर परावलंबी घटकासारख्या वेळेसाठी दोन्ही क्षेत्रांत तपासले जातात. अशा प्रकारच्या आराखड्यातून शोधण्यासाठी नियंत्रणक्षेत्रातील परावलंबी घटकातील बदल

चाचणीक्षेत्रातील परावलंबी घटकाच्या बदलातून वजा करून प्रक्रियाबदल ठरविला जातो.

२) औपचारिक प्रयोगात्मक आराखडा (Formal Experimental Design)

यात प्रामुख्याने तौलनिकदृष्ट्या जास्त नियंत्रणाचा वापर केला जातो आणि विश्लेषणासाठी बिनचूक संख्याशास्त्रीय पद्धती अवलंबली जाते. याचे पुढील चार प्रकार आहेत–

१. पूर्णतः निवड आराखडा (Completely Randomised Design - CRD) :
हा सर्वांत सोईस्कर आराखडा आहे, तो दोन तत्त्वांवर आधारित आहे–

१) प्रसिद्धी तत्त्व २) प्रयोगात्मक आराखड्याचे निवडतत्त्व

या आराखड्याचे प्रमुख वैशिष्ट्य म्हणजे विषयाची निवड प्रयोगात्मक उपचार पद्धतीनुसार केली जाते. समजा आपल्याकडे दहा विषय आहेत. त्याची विभागणी अ गटात पाच आणि ब गटात पाच अश्या निवडप्रक्रियेत वापरून केल्यास अ आणि ब गटात सारखीच संधी दिली जाते, त्या बदलाच्या एकतर्फी विश्लेषणाचा (One way analysis of variance) केला जातो.

CRB प्रकाराचे दोन गटांत वर्गीकरण केले जाते.

अ) दोन गट साधा निवड आराखडा (Two Group Simple Randomised Design)

ब) निवड पुनरुक्ती आराखडा (Random Reflication Design (RRD))

अ) दोन गट साधा निवड आराखडा (Two Group Simple Randomised Design) : या प्रयोगात्मक आराखड्याचे सर्वसाधारणपणे सामाजिक क्षेत्रातील किंवा अर्थशास्त्रातील संशोधन मानवी वर्तणुकीसंबंधी निगडित असते. या आराखड्याचे वैशिष्ट्य म्हणजे हा सोपा आहे आणि साध्या बाबींमधून निवड केली जाते. या आराखड्यात प्रथम समूह (Population) निवडला जातो; नंतर त्या आधारे विशिष्ट गट निवडला जातो. हा निवड केलेला गट प्रयोगात्मक आणि नियंत्रित गट असतो, तो समूहाचे प्रतिनिधित्व करतो.

ब) निवडक पुनरुक्त आराखडा (Random Reflication Design - RRD): पहिल्या CRD प्रकाराचा हा विस्तार आहे. या आराखड्यात CRD आराखड्यातील मर्यादा वगळल्या आहेत; म्हणून हा आराखडा CRD पेक्षा चांगला

आहे. CRD मध्ये बाह्य घटकांचा परिणाम नियंत्रित केला जात नाही. मात्र, RRD मध्ये हा परिणाम कमी करता येतो आणि त्यातील पुनरुक्तीचा फायदा होतो.

२. निवडक गट आराखडा (Randomised Block Design - RBD)

CRD आराखड्यापेक्षा हा सुधारित आराखडा आहे. यात प्रयोगात्मक आराखड्यातील दोन मूलभूत तत्त्वांबरोबर नियंत्रित तत्त्वही लागू होते. या आराखड्यात गट प्रथम ब्लॉकमध्ये विभागले जातात ते प्रामुख्याने एकसारख्या वैशिष्ट्याचे असतात. परावलंबी घटकाच्या संदर्भातील मापन करण्याच्या दृष्टीने बदलते घटक निवडले जातात. RBD आराखड्यातील वैशिष्ट्य म्हणजे प्रत्येक ब्लॉकमध्ये सारख्याच अंतराने प्रक्रिया केली जाते, यालाच 'द्विमार्गी तंत्र' म्हटले जाते.

RBD हे चांगल्या अनुभूतीवरील तंत्र आहे. ते पुढील उदाहरणावरून लक्षात येईल. एखाद्या वर्गात संख्याशास्त्र विषयाच्या चार सारख्या चाचण्या पाच मुलांना दिल्या, त्याचा निकाल पुढीलप्रमाणे आहे.

चाचणी	नीचांकी बुध्द्यंक	नीच स्तरीय बुध्द्यंक	सर्वसाधारण बुध्द्यंक	उच्च बुध्द्यंक	उच्चतम बुध्द्यंक
विद्यार्थी →	पहिला	दुसरा	तिसरा	चौथा	पाचवा
चाचणी १	८२	६७	५७	७१	७३
चाचणी २	९०	६८	५४	७०	८१
चाचणी ३	८६	७३	५१	६९	८४
चाचणी ४	९३	७७	६०	६८	७१

प्रत्येक विद्यार्थ्याला मिळालेले गुण तक्त्यात दाखविले आहेत. त्या आधारे निवडक गट आराखडा तयार करता येतो.

३. लेटिन स्क्रेअर डिझाइन (Latin Square Design - LSD)

हा आराखडा कृषिसंशोधनात वापरला जातो. अर्थव्यवस्थेत कृषिक्षेत्राला महत्त्व आहे. या घटकाचे अन्य घटकापेक्षा स्वरूप वेगळे आहे. निसर्ग कृषि उत्पादनावर परिणाम करतो. विशिष्ट पिकांच्या उत्पादनासाठी विविध खतांचा डोस वापरून वेगवेगळे निष्कर्ष काढले जातात. त्यासाठी निवडलेल्या जमिनीचा कस सारखाच मानला जातो.

४. घटक आराखडा (Factoral Design - FD)

एकापेक्षा अधिक घटकांच्या बदलांचा परिणाम अभ्यासताना हा आराखडा वापरतात अर्थव्यवस्थेत याला महत्त्व आहे. याचे दोन प्रकार आहे- १) साधा आराखडा २) संमिश्र आराखडा. थोडक्यात, विविध संशोधन आराखडे असले, तरी संशोधकांना संशोधन करताना माहिती संकलनापूर्वी संशोधनात वापरावयाच्या आराखड्याची निश्चित निवड करावी.

२.५ संकल्पना (Concepts) :

संशोधनासाठी पुढील काही संकल्पना महत्त्वाच्या ठरतात त्या पुढीलप्रमाणे आहेत -

२.५.१. गृहीतकृत्य अथवा परिकल्पना (Hypothesis) :

सर्वसामान्य अनुभव, निरीक्षण, ज्ञान व तर्काच्याआधारे संशोधन समस्येसंबंधी केलेले व सिद्ध न झालेले विधानात्मक उत्तर म्हणजे गृहीत कृत्य अथवा परिकल्पना होय. याची सत्यासत्यता संशोधन-प्रक्रियेनंतर ठरविली जाते. या विधानाने संशोधन प्रक्रियेला एक निश्चित दिशा मिळते. यामध्ये दोन अथवा अधिक चलांचा परस्परांशी असणारा संबंध, अनुभव, निरीक्षण, ज्ञान हे तर्काच्या आधारे सांगितले जाते. संशोधन समस्येच्या उत्तरांपैकी संशोधकाला जास्तीत जास्त योग्य वाटणारे उत्तर म्हणजे गृहीत-कृत्य होय.

समाजशास्त्रीय संशोधन किंवा अर्थशास्त्रीय संशोधनात गृहीतकांना महत्त्वाचे स्थान आहे. साहित्याचा परामर्श घेतल्यावर त्यातून संशोधकास स्वतः निवडलेली संशोधनातील गृहीतके ठरविता येतात. या माहितीच्या आणि अनुभवाच्या आधारे संशोधक संशोधनविषयासंबंधी कोणतेतरी सामान्य अनुमान निश्चित करतो. त्यासाठी त्याला विषयाचे पूर्वज्ञान असावे लागते. उदा. मालक मजूर संबंध, बेरोजगारी समस्या, आजारी उद्योग यासारख्या विषयासंदर्भात संशोधकाची आजपर्यंतच्या अभ्यासातून काही अनुमाने निश्चित झालेली असतात. प्रत्यक्ष संशोधनाआधारे संकलित केलेल्या माहितीच्या विश्लेषणातून संशोधकास सत्यासत्यता पडताळून पाहता येते. गृहीतके निर्माण करणे म्हणजे संशोधन नव्हे. त्याच्या गृहीतकांचे खंडन किंवा मंडण करणे म्हणजे संशोधन होय.

गृहीतकाच्या व्याख्या (Definition of Hypothesis) :

काही विचारवंतांनी गृहीतकाच्या व्याख्या पुढीलप्रमाणे केल्या आहेत-

१. बोगार्ड यांच्या मते, ‘परीक्षण केल्या जाणाऱ्या विचारांना गृहीतके म्हणतात.’ (A hypothesis is a proposition to be tested.)
२. ‘गृहीतके किंवा उपकल्पना म्हणजे गृहीत धरलेले विधान, तत्त्व किंवा अट होय.’ - वेब्स्टरचा शब्दकोश.
३. जी. ए. लुंडबर्ग यांच्या मते, ‘गृहीते म्हणजे एक सामायिक आणि कामचलाऊ सामान्यीकरण अथवा निष्कर्ष असून त्याचे परीक्षण करावयाचे असते. संशोधनाच्या सुरुवातीच्या अवस्थेत गृहीतक एक अनुमान, मनगढत, कल्पनापूर्ण विचार इ. काहीही असू शकते. परंतु, ते क्रिया किंवा संशोधनाचा आधार बनते.’
४. प्रा. पी. वाय. थोटे यांच्या मते, ‘संशोधनकार्य सुरू करण्याअगोदर संशोधनविषयासंबंधी संशोधकाच्या मनात निर्माण झालेले विचार किंवा कल्पना म्हणजे गृहीतकृत्ये होय.’
५. गुड आणि हॅट यांच्या मते, ‘गृहीत कृत्ये म्हणजे असे विधान आहे की, ज्याची सप्रमाणता ठरविण्यासाठी परीक्षण केले जाते आणि ते पुढील संशोधनासाठी उपयुक्त असते.’
६. एमोरी एस.बोगार्ड यांच्या मते, ‘परीक्षण केल्या जाणाऱ्या विचारांना गृहीतकृत्ये म्हणतात.’

गृहीतकृत्यांचे स्रोत (Sourcess of Hypothesis)

गृहीतकृत्यांचे स्रोतांमध्ये व्यक्तिगत अनुभव, वैज्ञानिक सिद्धान्त, सादृश्य किंवा सारखेपणा, सामान्य संस्कृती, संशोधनाचे निष्कर्ष यांचा समावेश होतो. गृहीत कृत्ये मांडताना संशोधनाचा उद्देश आणि त्याच्या प्राप्तीच्या साधनांबाबत पूर्ण विचार केलेला असला पाहिजे.

गृहीतकृत्यांबाबत सारांशरूपाने प्रा. मॅक गुजन यांची व्याख्या नमूद करता येते.

प्रा. मॅक गुजन (Prof. MacGuigan) यांच्या व्याख्येनुसार दोन (किंवा जास्त) चलघटकांमधील संभाव्य संबंधाचे (Potential Relationship) पारखून केलेले वाक्य किंवा रचना (Testable Statement) होय.

गृहीतकृत्ये ही सर्वसाधारणपणे एक किंवा अधिक किंवा अनेक दर्शविली जातात. ती पुढीलप्रमाणे आहेत -

अ) तथ्याच्या स्थापनेसाठी (Facts Established) संबंधित क्षेत्रातील या पूर्वीची माहिती किंवा चौकशी (Investigation). म्हणजे उदा. साखर कारखान्यांचा अभ्यास.

ब) चौकशी, अनुभव आणि निरीक्षणाद्वारे

क) चौकशीकर्त्याची कारणे; मागील आणि तात्त्विक सिद्धान्त (From a Theory) उदा. गिफेनचा विरोधाभास.

आदर्श गृहीतके

उपरोक्त व्याख्यांच्या आधारे आदर्श गृहीतकाची पुढील वैशिष्ट्ये थोडक्यात मांडता येतील–

१) गृहीतक हे स्पष्ट आणि निश्चित असावे.

२) गृहीतक हे सामान्य स्वरूपाचे असू नये तर ते कोणत्यातरी विशिष्ट पैलूंशी निगडित असावे.

३) गृहीतके अनुभवजन्य असावीत म्हणजे गृहीतकाआधारे काढलेल्या निष्कर्षाची प्रत्यक्ष अनुभवाद्वारे चाचणी घेता आली पाहिजे.

४) संशोधकाने मांडलेले गृहीतक हे आजपर्यंत मान्य झालेल्या सिद्धान्ताच्या चौकटीत बसणारे असले पाहिजे.

५) आदर्श गृहीतक हे संशोधनसमस्येचे सूचक उत्तर असते. एका समस्येच्या समाधानासाठी अनेक गृहीतकृत्ये असू शकतात.

६) गृहीतकांमध्ये भविष्यकथनाची शक्यता असली पाहिजे.

७) संशोधकाने उपलब्ध तंत्राद्वारे परीक्षण करता येईल अशी गृहीतके मांडली पाहिजेत.

शून्य गृहीतकृत्य अथवा परिकल्पना (Mull Hypothesis) : शून्यगृहीत कृत्यात चलांमधील अंतर अजिबात नाही किंवा शून्य आहे असे गृहीत धरले जाते. गृहितकृत्याचा हा एक प्रकार असल्याने हेही विधान, अनुभव, निरीक्षण, ज्ञान व तर्काच्या आधारे केलेले व सत्यासत्यता पडताळून पाहण्यापूर्वीचे विधान असते. यालाच सांख्यिकी गृहितकृत्य असेही म्हणतात. प्रायोगिक पद्धतीप्रमाणे वर्णनात्मक संशोधनपद्धतीमध्येही शून्य गृहीतकृत्य संकल्पनेचा उपयोग करतात.

२.५.२ संशोधनाचे महत्त्व (Importance) :

संशोधनाची निकड, संशोधनाच्या निष्कर्षामुळे अर्थशास्त्रीय सिद्धान्तात पडलेली भर आणि अर्थव्यवस्थेच्या एकूण कार्यप्रणालीत पडणारा बदल संशोधनाचे महत्त्व या सदरात मोडतो. पूर्वी याच विषयावर संशोधनपण झालेले असेल, तर नवीन परिस्थितीत पुन्हा वाटणारी संशोधनाची निकड स्पष्ट करणे किंवा पूर्वीच्या संशोधनात राहिलेल्या त्रुटी दाखविणे म्हणजे संशोधनाचे महत्त्व विशद करणे होय.

संशोधन वारंवार करावे लागणारे आहे आणि त्यामुळे संशोधकाला मिळालेल्या

नवीन माहितीतून नवीन नियम प्रस्थापित करता येतो. स्वत:च्या विषयासंदर्भातील पूर्वी केलेले संशोधन कार्य आणि स्वत:चे संशोधन यातील फरक मांडून संशोधकाने आपले संशोधन पूर्वीच्या संशोधनापेक्षा वेगळे कसे आहे, ते स्पष्ट केले पाहिजे आणि ते मांडताना संशोधनात फरक कोणता आहे आणि संशोधनाचा विषय वेगळा कसा आहे आणि त्याचे (विषयाचे) महत्त्व वेगळे कसे आहे. हे सांगितले पाहिजे त्यालाच महत्त्व (संशोधनाचे महत्त्व) म्हटले जाते.

संशोधकाने निवडलेल्या विषयाची ऐतिहासिक पार्श्वभूमी सविस्तर सांगितली पाहिजे. तो सादर करण्याचा एक मार्ग आहे संशोधक त्या (संबंधित) संशोधनाच्या विषयावर अभ्यास करतो.

गृहीतकृत्याची भूमिका अथवा स्थान (Role) महत्त्व व उपयोगिता

सामाजिक शास्त्रातील संशोधनात गृहीतकृत्याला महत्त्वाचे स्थान असते अन्यथा संशोधकाला अंधारात चाचपडल्यासारखे होते, त्याच्या विचाराला दिशा मिळत नाही. संशोधनाच्या क्षेत्रात गृहीतकृत्याशिवाय पुढे जाता येत नाही. गृहीतकृत्याशिवाय सिद्धान्ताची मांडणी करणे योग्य नव्हे. एखादे विधान हे सिद्धान्तरूपात मांडण्यापूर्वी त्याची पुन्हा पुन्हा चाचणी घ्यावी लागते. गृहीतकृत्याचे स्थान अथवा महत्त्व पुढीलप्रमाणे सांगता येते–

१. संशोधनास निश्चितता येते : गृहीतकृत्यामुळे संशोधनास निश्चितता प्राप्त होते. गृहीतकृत्य हे निश्चित असल्यामुळे अभ्यासास स्पष्टता येते. नेमके काय करावे, कोणत्या तथ्यांना संकलित करायचे आहे हे स्पष्टपणे माहीत होते. गृहीतकृत्यामुळे अभ्यासविषयाच्या एकाच पैलूवर लक्ष केंद्रित होत असल्यामुळे संशोधन नियोजनबद्ध होते व संशोधन कार्यास निश्चितता येते.

२. गृहीतकृत्य संशोधनाची दिशा दर्शविते : गृहीतकृत्य हे संशोधनाचा पाया मानले जाते; ते एखाद्या समस्येची अथवा उद्दिष्टाची व्याख्या असते. गृहीतकृत्यामुळे संशोधकाला अभ्यासाची दिशा प्राप्त होते व त्या दिशेने तो वाटचाल करू लागतो. गृहीतकृत्यामुळे काय करायचे व काय नाही हे समजते. त्यामुळे कोणत्या प्रकारची माहिती, तथ्यं, आकडेवारी जमा करावी आणि त्याच्या आधारावर गृहीतकृत्याचे कशारीतीने परीक्षण करावे यासंबंधी मार्गदर्शन मिळते. गृहीतकृत्यामुळे निरीक्षणाला दिशा मिळते अन्यथा नावाडी नसलेल्या नावेसारखी निरीक्षकाची अवस्था होईल.

३. उद्दिष्टांना स्पष्टता येते : गृहीतकृत्यांच्या आधारावर संशोधक आपल्या संशोधनाची उद्दिष्टे पूर्ण करत असतो. काही संशोधन अभ्यास हे बहुउद्देशीय असल्यामुळे त्याची स्पष्टता करणे आवश्यक असते, अन्यथा तो उद्दिष्टाअभावी भरकटतो. गृहीतकृत्यांमुळे संशोधनाचा उद्देश स्पष्ट केला जातो.

४. तथ्य संकलनासाठी उपयोगी : कोणत्याही सामाजिक समस्यांचा अभ्यास करताना संशोधकापुढे अनेक प्रकारची सामग्री/तथ्ये असतात. काही वेळा संशोधक निरर्थक तथ्यांचे संकलन करतो त्यामुळे संपूर्ण अभ्यास अशास्त्रीय बनण्याची शक्यता असते. गृहीतकृत्यामुळे संशोधन विषयासंबंधी अथवा त्याच्या विशिष्ट पैलूंशी संबंधित तीच तथ्ये संकलित केली जातात, अनावश्यक तथ्यांना आळा बसतो.

५. अभ्यासक्षेत्रात मर्यादा प्राप्तीसाठी साहाय्य : सामाजिकशास्त्रातील अभ्यासाचे स्वरूप विस्तृत असते. प्रत्येक अभ्यास विषयाचे वेगवेगळे पैलू / घटक असतात. संशोधकास सर्व पैलू / घटकांचे संकलन करावयाचे झाले, तर कोणत्याही पैलूचा / घटकाचा अभ्यास करणे शक्य होणार नाही. गृहीतकृत्यामुळे संशोधनक्षेत्र मर्यादित होते व अचूकता व वास्तविकता प्राप्त होते.

६. वेळ, पैसा व शक्तीची बचत : गृहीतकृत्यामुळे तथ्य संकलनाची व्याप्ती कमी होऊन दिशा प्राप्त होते त्यामुळे वेळेचा, पैशांचा आणि मनुष्यशक्तीचा अपव्यय टाळता येतो. गृहीतकृत्य नसेल तर वाटेल तशी माहिती गोळा करून पैसा, वेळ व मानवीशक्ती खर्च होईल.

७. तर्कसंगत निष्कर्ष : तथ्यांच्या आधारावर गृहीतकृत्यांशी संबंधित निष्कर्ष जर सिद्ध होत असतील, तर त्याचा एका सामान्य नियमाच्या स्वरूपात स्वीकार केला जातो. म्हणजेच गृहीतकृत्यांची काळजीपूर्वक निर्मिती केली तर तर्कसंगत आणि उपयुक्त निष्कर्ष काढण्याला मदत होते.

८. सिद्धान्त निर्मिती : संशोधनाला दिशा देण्याचे काम गृहीतकृत्यामुळे होते. संशोधक जी माहिती गोळा करतो त्याआधारे तात्पुरता सिद्धान्त मांडला जातो. हा सिद्धान्त खरा अथवा खोटाही असेल. गृहीतकृत्याच्या आधारे सामान्य निष्कर्षाच्या आधारे नवीन सिद्धान्त निर्मिती करण्यास साहाय्यभूत ठरतो. सामाजिक संशोधनात सिद्धान्त निर्मितीत गृहीतकृत्याची भूमिका अत्यंत महत्त्वाची ठरते.

९. निश्चित निष्कर्ष : नवीन ज्ञानापर्यंत नेणारे गृहीतकृत्य म्हणजे सिद्धान्त व शोध यातील आवश्यक दुवा आहे. गृहीतकृत्यांची निर्मिती केल्यानंतरच त्या संबंधित तथ्यांचे संकलन केले जाते. 'योग्य तथ्य संकलनाचा परिपाक' म्हणजे तथ्यसंकलन होय. हे गृहीतकृत्याचे महत्त्वाचे कार्य आहे. 'गृहीतकृत्याशिवाय संशोधन करणे म्हणजे ध्येयविरहित विकेंद्रीत अनुभवजन्य भटकणे. या पद्धतीने काढलेले निष्कर्ष हे अस्पष्ट वस्तुस्थिती व स्पष्ट अर्थ नसलेले असू शकतात', असे गुड आणि हॅट यांचे मत आहे. अशारीतीने संशोधनात गृहीतकृत्याचे अथवा परिकल्पनेचे महत्त्व दिसून येते.

प्रश्न

प्र. १ खालील प्रश्नांची एका वाक्यात उत्तरे लिहा.

१) संशोधन आराखडा म्हणजे काय?
२) गृहीतकृत्य म्हणजे काय?
३) वर्णनात्मक आराखडा म्हणजे काय?
४) प्रयोगात्मक आराखडा म्हणजे काय?

प्र. २ खालील प्रश्नांची थोडक्यात उत्तरे लिहा.

१) संशोधन आराखड्याचा अर्थ सांगा.
२) वर्णनात्मक आराखडा म्हणजे काय?
३) शोधात्मक आराखडा म्हणजे काय?
४) प्रयोगात्मक आराखडा म्हणजे काय?
५) गृहित कृत्य म्हणजे काय?

प्र. ३ खालील प्रश्नांची २०० शब्दात उत्तरे लिहा.

१) संशोधन आराखड्याची आवश्यकता विशद करा.
२) संशोधन आराखड्याचे प्रकार विशद करा.
३) गृहित कृत्य म्हणजे काय? त्याचे महत्त्व विशद करा.

प्र. ४ खालील प्रश्नांची २५० ते ३०० शब्दात उत्तरे लिहा.

१) संशोधन आराखड्याचे प्रकार विशद करा.
२) गृहितकृत्य म्हणजे काय? त्याचे महत्त्व विशद करा.

प्रकरण - ३

माहितीचे संकलन

(Data Collection)

३.१ प्रास्ताविक
३.२ माहिती अथवा तथ्य अथवा आधारसामग्री संकलन
    ३.२.१ माहिती अथवा तथ्य अथवा आधारसामग्रीचा अर्थ आणि व्याख्या
३.३ प्राथमिक माहिती/स्त्रोत
    ३.३.१ मुलाखत
    ३.३.२ प्रश्नावली
    ३.३.३ निरीक्षणे
    ३.३.४ अनुसूची
३.४ द्वितीय/दुय्यम सामग्री स्त्रोत

३.१ प्रास्ताविक (Introduction) :

मानवाच्या प्रगतीचा इतिहास हा कुतूहल, जिज्ञासा आणि संशोधनावर आधारित आहे. कुतूहल आणि जिज्ञासेतून शोधलेले उत्तर मानवाला वरच्या पातळीवर घेवून गेले, म्हणजेच जिज्ञासेतून संशोधन निर्माण होते. शेती उद्योग, नाणी (धातूचा शोध), घरबांधणी इत्यादींबाबतीत मानवाने संशोधनातून प्रगती केली. ज्ञानाच्या प्रस्फोटाने मानवाने काल मिळविलेली एखाद्या विषयाची माहिती आज अपुरी ठरत आहे. गेल्या साठ वर्षांत मानवाने प्राप्त केलेले विविध विषयांचे ज्ञान त्यापूर्वीच्या पाचशे वर्षांतील प्राप्त केलेल्या ज्ञानाच्या कित्येक पट आहे. आर्थिक, सामाजिक, राजकीय, शैक्षणिक, धार्मिक या जीवनाच्या प्रमुख क्षेत्रांत प्रचंड परिवर्तन घडून येत आहे. या विविध क्षेत्रांमध्येही आर्थिक क्षेत्र हे असे क्षेत्र आहे की, इतर क्षेत्रांमध्ये योग्य दिशेने प्रगती करण्यासाठी आर्थिक क्षेत्रातील प्रगतीचा फार मोठा फायदा होऊ शकतो. आर्थिक

क्षेत्रातील विविध विचार, तत्त्वे, प्रणाली, सिद्धान्त, प्रवाह हे जितके परिपूर्ण असतील तितकी या पद्धतीतून शिकून बाहेर पडणारी पिढी समृद्ध असणार आहे. अर्थशास्त्रातील ही परिपूर्णता त्यामध्ये होणाऱ्या सतत व मूलगामी संशोधनानेच प्राप्त होणार आहे.

सामाजिक संशोधनात आणि विशेषतः अर्थशास्त्रीय संशोधनात विशिष्ट शास्त्रीय पद्धतीचा व तंत्राचा संशोधकांना अवलंब करावा लागतो. सामाजिक शास्त्र संशोधनात किंवा अर्थशास्त्रीय संशोधकात संशोधकाच्या कल्पनाशक्तीला स्थान असत नाही. कोणतेही संशोधन हे सत्यान्वेषणासाठी केले जाते. सामाजिक व आर्थिक समस्यांबाबत संशोधकाने सत्याचा शास्त्रशुद्धरीतीने शोध घेणे महत्त्वाचे आहे. सामाजिक किंवा अर्थशास्त्रविषयक संशोधनात समस्याविधान निश्चित केल्यावर त्यासंबंधी तथ्ये, माहिती व सामग्रीचे संकलन करावे लागते. संशोधनाविषयी संबंधित असणाऱ्या संकल्पनांची निर्मिती करावी लागते. मॅकले लँड यांनी म्हटल्याप्रमाणे, संकल्पना म्हणजे विविध तथ्यांचे सारस्वरूप प्रतिनिधित्व होय. संकल्पनांमुळे संपूर्ण प्रक्रिया मोजक्या शब्दांत मांडली जाते. तथ्याच्या आणि संकल्पनांच्या आधारे मांडण्यात येणाऱ्या संक्षिप्तरूपाला 'सिद्धान्त' म्हणतात. थोडक्यात, तथ्य संकल्पना आणि सिद्धान्त ही संशोधनकार्याची आधारतत्त्वे आहेत.

सांख्यिकी अथवा संख्याशास्त्र व अर्थशास्त्र आणि माहिती

आल्फ्रेड मार्शल या अर्थशास्त्राने १८९० मध्ये आपल्या पुस्तकात सांख्यिकीचे/ संख्याशास्त्राचे महत्त्व स्पष्ट केले. त्यांच्या मते, अर्थशास्त्र ही संपत्ती, उत्पादन आणि विभाजन यांच्याशी संबंधित आहे. तसेच ते अर्थव्यवस्थेतील बचत, गुंतवणूक व उत्पन्नाशी संबंधित आहे. त्यांच्या मते, आर्थिक प्रश्न सोडविण्यास व समजण्यास सांख्यिकी उपयोगी पडते.

सांख्यिकीच्या/संख्याशास्त्राच्या मदतीने कशाचे उत्पादन करायचे, किती उत्पादन करावे व कोणासाठी करावयाचे याचे उत्तर मिळते. त्यामुळे सांख्यिकी अर्थशास्त्राची प्रयोगशाळा असते.

सांख्यिकीच्या मदतीने अर्थव्यवस्थेतील लोकांची उपभोगप्रवृत्ती लक्षात येते, त्यावरून त्यांच्या राहणीमानाची कल्पना येते. तसेच त्यातून त्यांची कार्यक्षमता समजते. उत्पादनाच्या सांख्यिकीमुळे देशातील मागणी–पुरवठा लक्षात येतो. विनिमयाच्या क्षेत्रात बाजारपेठांचा, किमतीचे नियम, उत्पादन खर्च, बँकिंग आणि पतनियंत्रण इत्यादींचा अभ्यास करताना सांख्यिकी उपयुक्त ठरते. मागणी आणि पुरवठ्यात होणाऱ्या बदलानुसार बाजारपेठेतील वस्तूंची किंमत काय असू शकते याचा अंदाज सांख्यिकीच्या पद्धतीने बांधता येतो. थोडक्यात, अर्थशास्त्रातील विनिमयाच्या क्षेत्रातील मैलाचा

दगड म्हणून सांख्यिकीचा उल्लेख केला जातो. तशाच प्रकारे विभाजनाच्याही क्षेत्रात सांख्यिकी महत्त्वाची भूमिका बजावते. राष्ट्रीय उत्पन्नाचे मोजमाप, त्याचे विभाजन हे महत्त्वाचे प्रश्न सोडविण्यासाठी सांख्यिकी उपयोगी पडते. समाजातील आर्थिक विषमता, तिचे मापन व ती कमी करण्यासाठीचे नियोजन सांख्यिकीच्या मदतीने शक्य असते. याशिवाय वाढत्या किमती, वाढती लोकसंख्या व बेकारी इत्यादी प्रश्न सोडविण्यासाठी अर्थशास्त्राला सांख्यिकीवरच अवलंबून राहावे लागते. सांख्यिकीच्या मदतीशिवाय कोणतेही नियोजन यशस्वी होत नाही. उदा.लोकसंख्या वाढीच्या नियंत्रणासाठी कुटुंबनियोजनाचे धोरण आखले असेल, तर त्याच्या यशापयशाच्या मूल्यमापनासाठी सांख्यिकी उपयोगी पडते. म्हणूनच १९२६ मध्ये आर.ए. फिशर असे म्हणतात की, "The painful misapprehensions that statistics is a branch of Economics."

आर्थिक प्रश्नाच्या अभ्यासासाठी सांख्यिकीतील नमुना पद्धतीचा उपयोग केला जातो. नमुना पद्धतीने आर्थिक प्रश्नांच्या माहितीचे संग्रहण करता येते. अर्थशास्त्रातील मागणी, पुरवठ्याचा नियम, उत्पादन मूल्यनियम, खर्च फलन व उपभोग फलन इत्यादी भिन्न नियम सांख्यिकीच्या मदतीने मांडण्यात आले व त्यांचे मूल्यमापनही करता येते.

सदर प्रकरणात काही माहिती घेण्याचा प्रयत्न केला आहे. त्यामध्ये माहिती संकलन, अर्थ, माहिती संकलनाचे स्रोत प्राथमिक आणि दुय्यम माहिती इत्यादींचा समावेश केलेला आहे.

३.२ माहिती अथवा तथ्य अथवा आधार सामग्री संकलन (Data Collection)

संशोधनाच्या संदर्भात कोणती माहिती मिळवायची, ती केव्हा मिळवायची व कशी मिळवायची याचे नियोजन संशोधनाच्या सुरुवातीस हवे. संकलित माहितीवरून अर्थनिर्वचन करण्यासाठी विश्लेषणाच्या कोणत्या पद्धती वापरावयाच्या हेही आधीच ठरविलेले असेल तर संशोधन प्रक्रियेला एक दिशा मिळते; कारण अनावश्यक माहिती गोळा केली जात नाही. संशोधन भरभक्कम पायावर उभे राहते. त्यामुळे परिकल्पनांची तपासणी करता येते.

माहिती संकलन हा संशोधन प्रक्रियेचा गाभा आहे. या दृष्टीने माहितीच्या दर्जावर संशोधनाचा दर्जा अवलंबून असतो, हे लक्षात ठेवले पाहिजे. ही माहिती संशोधनाची विविध साधने व तंत्रे वापरून मिळविली जाते. ही साधने व तंत्रे जितकी शास्त्रीय, वस्तुनिष्ठ, विश्वसनीय व वैध असतील तितकी त्यातून मिळविलेली माहिती उच्चदर्जाची राहील.

३.२.१ माहिती अथवा तथ्य अथवा सामग्रीचा अर्थ आणि व्याख्या (Meaning and Definition of Data)

तथ्य म्हणजे आहे तसे पाहणे अथवा वास्तव चित्र रेखाटणे होय. साधारणपणे सत्य म्हणून स्वीकार करता येऊ शकणाऱ्या आणि सर्वांचे एकमत होऊ शकणाऱ्या तसेच सर्वांना त्याचा अनुभव घेता येऊ शकणाऱ्या घटनांना 'तथ्य' म्हणता येते. सामाजिक तथ्ये ही आचार-विचार, अनुभव, व्यवहार, क्रिया-प्रक्रिया इत्यादींच्या संबंधित असणारी प्रक्रिया आहे. तथ्यांचा अधिक अर्थ स्पष्ट होण्यासाठी तथ्यांच्या व्याख्या सांगणे आवश्यक आहे.

तथ्यांच्या व्याख्या (Definition of Data)

१. गुड आणि हॅट यांच्या मते, 'तथ्य एक अनुभवसिद्ध सत्यापनीय निरीक्षण आहे.'
२. फेअरचाइल्ड यांच्या मते, 'तथ्ये ही एक अशी घटना आहे की, जिच्या निरीक्षण आणि मापनाच्या विषयाबाबत सर्वांमध्ये अधिक प्रमाणात सहमती आढळून येते.'

इनसायक्लोपीडिया (The Encyclopedia) मध्ये माहिती संकलनाची व्याख्या दिली आहे. संशोधनात अनेक घटना संकल्पना असतात. संशोधन हे प्रामुख्याने दोन प्रकारचे असते -

१) नैसर्गिक शास्त्रातील संशोधन, २) सामाजिक शास्त्रातील संशोधन.

ज्ञानेंद्रियाच्या आधारे होणारा स्थितिबोध किंवा निरीक्षण म्हणजे 'तथ्य' होय. सत्य म्हणून स्वीकार करता येणाऱ्या आणि सर्वांचे एकमत असलेल्या घटनांना तथ्य म्हणतात. सामाजिक तथ्ये ही व्यवहार, विचार, अनुभव, क्रिया प्रतिक्रिया इत्यादींशी निगडित आहे. त्यांचे वस्तुनिष्ठ स्वरूपात निरीक्षण करता येते. त्यावरून विशेष प्रकारचा व्यवहार करता येतो म्हणून संशोधनात तथ्य संकलनास विशेष महत्त्व आहे.

माहिती संकलनाची उगमस्थाने

संशोधनातून विषय अनुभवातून कळतात. संशोधनकार्याची सुरुवात आणि सांगता तथ्याच्या आधारे होते. तथ्यसंकलन संशोधन कार्याचा आत्मा आहे. त्यात प्रस्थापित सिद्धान्त तपासून पाहिले जातात. कित्येकदा नवीन सिद्धान्त मांडता येतात.

तथ्याचे अथवा माहिती संकलनाचे स्वरूप

तथ्याचे स्वरूप पुढीलप्रमाणे मांडता येते-

१) तथ्याचे स्वरूप अत्यंत क्लिष्ट असते. एकाच घटनेशी अनेकतथ्ये निगडित

असतात. कोणतीही घटना ही अनेक घटकांच्या परस्पर संबंधातून घडते. मात्र घटना साधी व सोपी असेल, तर तथ्याचे स्वरूप साधे ठरते.

२) **परिवर्तनशीलता** : समाजजीवन गतिमान असते. देश, काळ आणि परिस्थितीनुसार घटना बदलतात. बदलत्या मानवी समाजाच्या आर्थिक जीवनाचे अध्ययन करताना संशोधक आर्थिक घडामोडींशी असणारी तथ्ये विचारात घेतात.

३) **अनुभवाधिष्ठता** : प्रत्येक सामाजिक घटना व्यक्तीच्या स्वअनुभवावर आधारित असते. संशोधकास व्यक्तीच्या आर्थिक घडामोडींचे आणि बरं वाईट अनुभवांचे विश्लेषण करावे लागते. अर्थशास्त्रीय संशोधनात, व्यक्ती समूहाच्या विशिष्ट घटनेच्याआधारे संशोधन करावे लागते.

४) **सामाजिक मान्यता** : राष्ट्र पातळीवरील आर्थिक घटना संशोधकाच्या अभ्यासाचा विषय आहे. त्यात समाजमान्य स्वरूपाच्या गृहीतकांची सत्यासत्यता संशोधक तपासून पाहतो. अशा घटनेला सामाजिकमान्यता असेल, तर घटनेच्या तथ्यांनाही सामाजिकमान्यता मिळते.

५) **निरीक्षणक्षम** : गुड आणि हॅट यांच्या मते, 'तथ्ये निरीक्षणक्षम असावी. समाजातील आर्थिक घडामोडींसंदर्भात बहुसंख्य लोकांना त्यांच्या अनुभवातून जे निष्कर्ष आढळतात ते वस्तुनिष्ठ स्वरूपाचे असतात.' समाजशास्त्रात किंवा अर्थशास्त्रात पूर्वग्रह दृष्टिकोन ठेवून घटनेचे निरीक्षण करता येत नाही आणि त्याला शास्त्रीय संशोधनाची मान्यता असत नाही.

वैशिष्ट्ये

तथ्यासंबंधी वैशिष्ट्ये पुढीलप्रमाणे आहेत–

१) वास्तविक स्वरूपात घडून आलेली घटना म्हणजे तथ्य होय.

२) तथ्य मूर्त आणि अमूर्त असू शकते. त्यात भौतिक किंवा शारीरिक घटना मानसिक किंवा भावनात्मक घटना यांचा समावेश असतो.

३) ही सर्वमान्य घटना असते.

४) तथ्याचे वास्तविक अवलोकन करता येते.

५) कोणतीही घटना सत्य म्हणून स्वीकारता येते.

६) तथ्याला सामाजिक मान्यता असते.

७) एकाहून अधिक तथ्ये एखाद्या घटनेत आढळतात.

८) 'सामाजिक तथ्ये ही व्यवहारनिगडित अवस्था आहे', असे ड्युरखेमचे मत आहे.

माहिती संकलनाच्या पद्धती (Methods of Data Collection)

सामाजिक शास्त्रातील विशेषतः अर्थशास्त्रातील संशोधनातील माहिती चार प्रकारात संकलित होते असे मोझर आणि काल्टन (Moser and Kalton) यांनी सांगितलेले प्रकार पुढीलप्रमाणे आहेत.

अ) दस्तऐवज स्वरूपातील माहिती ब) निरीक्षण

क) टपालाद्वारे प्रश्नावली ड) मुलाखती

माहितीसंकलनामध्ये विशिष्ट उद्देशाने अभ्यासासाठी निवडलेल्या विषयासंबंधी माहिती एकत्र केली जाते आणि ती माहिती त्या माहितीचे स्वरूप, कारण, संशोधनाची व्याप्ती, संशोधकाकडे उपलब्ध असलेला वेळ याप्रमाणे बदलते. वर्मा यांनी अशा माहितीचे दोन प्रकार सांगितले आहेत: १) प्राथमिक स्रोत २) दुय्यम स्रोत

१) माहितीचे प्राथमिक स्रोत (Primary Data)

१) प्रत्यक्ष व्यक्तिगत चौकशी

२) मुलाखत

३) अप्रत्यक्ष तोंडी चर्चा

४) स्थानिक प्रतिनिधीमार्फत मिळालेली माहिती

५) प्रश्नावली आराखडा

६) माहितीपत्रक आराखडा

प्राथमिक स्रोतातील माहिती संशोधकाने प्रत्यक्ष पाहणीतून मिळविलेली असते. या माहितीचा एकदा संशोधनात वापर झाला की, त्यानंतर तीच माहिती दुय्यम स्रोत म्हणून वापरली जाते.

थोडक्यात, प्राथमिक स्रोत प्रथमत:च केलेले निरीक्षण अथवा प्रथम प्रयत्नातून एकत्र केलेले तथ्य होय. संशोधनकर्ता घटनास्थळावरून अथवा संशोधनक्षेत्रात जाऊन समस्येशी संबंधित व्यक्तींकडून निरीक्षण, मुलाखत, प्रश्नावली, अनुसूची इत्यादींच्या माध्यमातून माहिती व आकडेवारी गोळा करतो. अशा प्रकारे घटनास्थळावरून व्यक्ती आणि वस्तूंपासून उपलब्ध झालेल्या तथ्य सामग्रीला 'प्राथमिक तथ्य सामग्री' असे म्हणतात.

प्राथमिक तथ्य सामग्री ही जास्त विश्वसनीय आणि चौकस व्यक्तीशी निगडित असते; कारण ती त्याच्याद्वारा संकलित केलेली असते.

२) माहितीचे दुय्यम स्रोत किंवा सामग्री (Secondary Data)

जेव्हा एखादी व्यक्ती इतरांनी संकलित केलेली माहिती किंवा उपलब्ध असलेली

माहिती अथवा सामग्री किंवा शोधप्रबंध या स्वरूपात असलेली माहिती वापरते तेव्हा त्या माहितीला 'दुय्यम माहिती' अथवा 'सामग्री' असे म्हणतात. संशोधनाची चौकट दुय्यम सामग्रीच्या आधारावरच उभी केली जाते. दुय्यम सामग्री संशोधकाची नसून ती इतर व्यक्ती अथवा संस्था यांच्याकडून संकलित केली जाते. ती त्यांच्या मालकीची असते त्यांना 'दुय्यम सामग्री' म्हणतात. त्यात प्रकाशित व अप्रकाशित कागदपत्रे, अहवाल, आत्मचरित्र, दैनंदिनी, पत्रे इत्यादींचा समावेश होतो. या माध्यमातून प्राप्त केलेली सांख्यिकी माहिती म्हणजे 'दुय्यम सामग्री' होय.

संशोधनासाठी दुय्यम स्रोतातून प्राप्त सामग्री, अध्ययन विषयासंबंधी विविध माहिती, तसेच ही आकडेवारी संशोधनाला पूर्ण आणि अचूक बनविण्यासाठी अत्याधिक उपयोगाची व महत्त्वाची ठरते. काही व्यक्ती व संस्थासुद्धा वेळोवेळी आकडेवारी व माहिती प्रसिद्ध करीत असतात. काही सार्वजनिक संस्थासुद्धा वेळोवेळी आकडेवारी व माहिती प्रसिद्ध करीत असतात. अर्थातच, संशोधकाला त्याच्या अध्ययन विषयाच्या संदर्भात त्यातून बरीच माहिती उपलब्ध होत असते. उदा. जनगणना अहवाल हासुद्धा द्वितीयक स्रोत आहे. या अहवालावरून एकूण लोकसंख्या, धर्म, जाती, संप्रदायाची संख्या इत्यादी महत्त्वाची माहिती मिळते. तसेच महाराष्ट्राची समाजिक – आर्थिक पाहणी अहवाल, तसेच शासनाच्या विविध विभागांचे अहवाल इत्यादी.

दुय्यम स्रोताचे दोन प्रकारात वर्गीकरण केले जाते.

१) व्यक्तिगत कागदपत्रे – उदा. दैनंदिनी, पत्रे, आत्मचरित्र, टिपण, इत्यादी.

२) सार्वजनिक कागदपत्रे – सार्वजनिक कागदपत्रांत शासकीय अथवा संस्थांचे रेकॉर्ड, पुस्तके, अहवाल, जनगणना अहवाल, सामाजिक – आर्थिक पाहणी अहवाल इत्यादींचा समावेश होतो.

३) तथ्य सामग्रीचे स्रोत (Sources of Data)

तथ्य सामग्रीच्या संकलनासाठी अनेक स्रोतांचा उपयोग केला जातो. त्यातील प्राथमिक आणि दुय्यम स्रोतांचा वर उल्लेख केला आहे. उपलब्ध स्रोतांमधून कोणत्या स्रोतातून माहिती व आकडेवारी संकलित करावी याचा निर्णय संशोधकाला घ्यावा लागतो. विश्वसनीय माहिती व आकडेवारी उपलब्ध होईल अशा स्रोतातून निवडली जाते. तथ्यांचे स्रोत पुढीलप्रमाणे सांगता येते–

अ) लॅण्डबर्ग (Landberg) यांनी ऐतिहासिक आणि क्षेत्रीय स्रोत असे दोन प्रकार सांगितले आहेत.

ऐतिहासिक स्रोतात दस्तऐवज, आत्मचरित्र, पत्रव्यवहार, शिलालेख, अहवाल इत्यादींचा समावेश केला तर क्षेत्रीय स्रोतात व्यक्तीच्या प्रत्यक्ष संपर्कातून

केलेल्या व्यवहारांचे अवलोकन तसेच क्षेत्रातील अन्य बाबींच्या अवलोकनाचा समावेश केला.

ब) पी. व्ही. यंग यांनी कागदपत्रे / प्रलेखीय स्रोत आणि क्षेत्रीय स्रोत (Field Source) यांचा समावेश केला.

कागदपत्रे / प्रलेख यामध्ये पत्रे, दैनंदिनी, चरित्रे, रेकॉर्ड, पुस्तके, आत्मचरित्रे इत्यादींचा समावेश केला.

क्षेत्रीय स्रोतात संशोधनाशी संबंधित वास्तविक माहिती असणाऱ्या व्यक्तींचा समावेश होतो.

तक्ता ३ .१

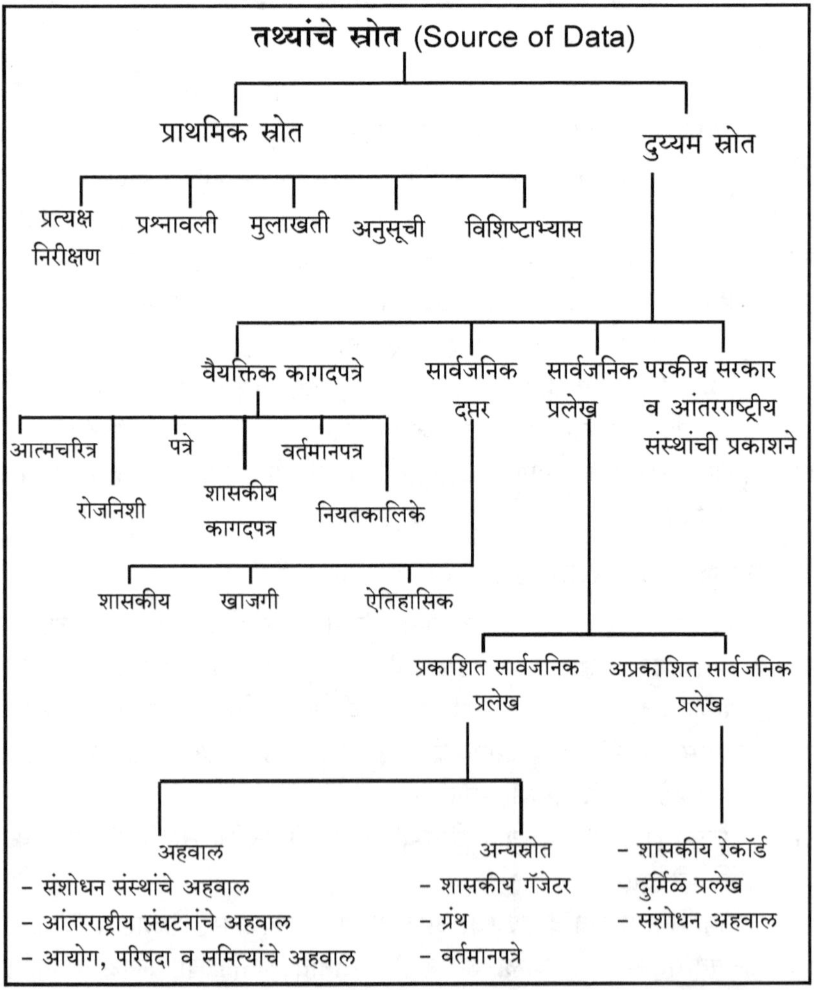

क) बॅगले आणि वर्मा यांनी प्राथमिक आणि द्वितीय स्रोतांचा समावेश केला आहे.

प्राथमिक स्रोतात व्यक्ती आणि निरीक्षण यांचा समावेश केला. द्वितीय स्रोतात शासकीय संस्था व बिगर शासकीय संस्था अथवा व्यक्तीकडून प्रकाशित अथवा अप्रकाशित लेखांचा/कागदपत्रांचा समावेश केला.

वरील तथ्यांच्या स्रोतांचे वर्गीकरण केल्यास- (१) प्राथमिक अथवा क्षेत्रीय स्रोत (२) द्वितीयक स्रोत असे दोन प्रमुख प्रकार दिसून येतात. त्यात अनेक साधनांचा समावेश होतो; ते पुढीलप्रमाणे सांगता येतात.

३.३ प्राथमिक माहिती स्रोत (Primary Data)

जेव्हा संशोधक ठरावीक उद्देशाने योजना आखून माहितीचे किंवा सामग्रीचे संकलन करीत असेल तेव्हा त्याला 'प्राथमिक स्रोत' असे म्हणतात.

संशोधन समस्येच्या अनुषंगाने आपल्याला हवी असणारी माहिती स्वत: मिळविणे या पद्धतीने मिळविलेल्या माहितीला 'प्राथमिक माहिती' असे म्हणतात.

प्रा. रॉबर्टसन व राईट (Robertson and Wright) यांच्या मते, 'विशिष्ट संशोधन समस्येचा ऊहापोह करण्याच्या निश्चित हेतूसाठी जी माहिती संकलित केली जाते त्यास प्राथमिक सामग्री असे म्हणतात.'

प्राथमिक स्रोत याचा अर्थ प्रथमत:च केलेले निरीक्षण आणि प्रथम प्रयत्नातूनच एकत्र केलेले तथ्य अथवा माहिती होय. संशोधनाचा हा पहिलाच प्रयोग असतो. त्यासाठी संशोधनकर्ता स्वत: घटनास्थळावर अथवा संशोधन क्षेत्रात जातो, समस्येशी निगडित अशा जिवंत व्यक्तीकडून अवलोकन अथवा निरीक्षण, प्रश्नावली, मुलाखत, अनुसूची इत्यादींच्या माध्यमातून माहिती व आकडेवारी गोळा करतो. जेथे प्रत्यक्ष संपर्क साधने शक्य नाही तेथे प्रश्नावलीद्वारे माहिती संकलित करतो. अशा प्रकारे घटनास्थळावर व्यक्ती आणि वस्तूंपासून उपलब्ध झालेल्या माहितीला / सामग्रीला 'प्राथमिक तथ्य सामग्री' असे म्हणतात. प्राथमिक स्रोत संशोधक आणि घटनास्थळ, घटनेतील व्यक्ती व वस्तू यात प्रत्यक्ष संपर्क प्रस्थापित करून माहिती एकत्रित करीत असतो त्यामुळे ती अधिक वस्तुनिष्ठ असते. मात्र, तरीही संशोधक ज्या व्यक्तीचे निरीक्षण करीत असतो तेव्हा आपले निरीक्षण होत आहे याचा भासही समोरच्या व्यक्तीला होऊ देऊ नये.

प्राथमिक माहिती संकलित करण्याचे स्रोत पुढीलप्रमाणे सांगता येतात-

३.३.१ मुलाखत (Interview)

संबंधित व्यक्तीशी प्रत्यक्ष संभाषण किंवा गप्पागोष्टी करून संशोधनासंबंधी तथ्ये संकलित करण्याच्या क्रियेस 'मुलाखत' असे म्हणतात.

संशोधन क्षेत्रात राहणाऱ्या व्यक्ती संशोधन विषयाशी संबंधित असतात त्यामुळे संशोधन विषयाची वास्तव माहिती त्यांना असते त्यांच्या सोयीनुसार माहिती व आकडेवारी प्राप्त होते. मुलाखत घेणारा आणि मुलाखतदाता यांच्यातील संपर्काच्या घनिष्ठतेवरून तथ्य, माहिती, आकडेवारीची विश्वसनीयता प्राप्त होते.

पी.व्ही. यंग यांच्या मते, 'प्रत्येक मुलाखतीतून आवश्यक ती सत्य माहिती मिळविता येते. अनपेक्षित घटना घडली तरच ही मुलाखत वेगळी मानली जाते. ही मुलाखत परिणामकारक संवादांवर अवलंबून असते.'

मुलाखतीच्या पद्धतीत प्रत्यक्ष समक्ष मुलाखत आणि दूरध्वनी मुलाखत यांचा समावेश होतो. प्रत्यक्ष समक्ष मुलाखतीत प्रश्नकर्ता आणि माहिती देणारा (Respondent) यांची समोरासमोर चर्चा होते. प्रत्यक्ष समक्ष मुलाखतीत 'संशोधक' समक्ष हजर असतो. मुलाखत देणाऱ्याने दिलेल्या माहितीची सत्यता, संशोधक त्याच प्रकारचे प्रश्न अन्य व्यक्तींना विचारून मिळालेल्या माहितीच्या आधारे तपासतो. सामाजिक संशोधनात ही मान्यता पावलेली पद्धती आहे.

मुलाखत तंत्राच्या अन्य प्रकारात नियोजित आणि अनियोजित पद्धतींचा समावेश होतो. मुलाखतकर्ता मुलाखतीसाठी नियोजनबद्ध प्रश्न तयार करून प्रश्नावली आधारे माहिती मिळवतो; त्यात एक साचेबंदपणा आढळतो. यात एकाच प्रश्नाची ठरावीक स्वरूपातील उत्तरे सांख्यिकीय पद्धतीने एकत्रित करून तालिकीकरण करणे सोपे जाते. मुलाखत सामाजिक देवाणघेवाण दर्शविते. अनियोजित प्रकारच्या मुलाखतीत लवचिकता आढळते. मुलाखत देणाऱ्याची स्थिती, संशोधकाची स्थिती, मुलाखतीस दिलेला वेळ, यानुसार प्रश्नाचे स्वरूप बदलते.

भारतात अनियोजित स्वरूपातील मुलाखतीस जास्त महत्त्व दिले जाते; कारण नियोजित मुलाखतीत तोचतोचपणा आणि जास्त कृत्रिमता आढळते. प्रामुख्याने मुलाखतीत संशोधक आणि मुलाखत देणारा यातील संबंध वाढविणे, संशोधनासाठी विषय निवडलेल्या विषयासंबंधी सखोल चर्चा करणे, हे अधिक महत्त्वाचे मानले जाते. त्यासाठी संशोधकाने–

१) संशोधनाचा उद्देश आणि हेतू उत्तर देणाऱ्यास विशद करावा.

२) उत्तर देणाऱ्याचीच निवड कोणत्या प्रकारे केली याची माहिती द्यावी.

३) संशोधकाने स्वतःची ओळख द्यावी.

४) मुलाखत अधिक चांगल्या वातावरणात व्हावी यासाठी प्रयत्न करावेत.

५) मुलाखत घेताना मुलाखत देणाऱ्यास काही वेळा संशोधकास प्रश्न समजावून द्यावा लागेल, मात्र उत्तर सांगू नये; अन्यथा संशोधनात पूर्वग्रहदूषित दृष्टिकोन निर्माण होतो.

दूरध्वनीचा उपयोग टपालाद्वारे मुलाखतीचा पाठपुरावा करण्यासाठी करता येतो. यात संशोधकाचा प्रवासखर्च वाचतो आणि वेळ वाचतो. मात्र, यात उत्तर देणारा आणि संशोधक आमनेसामने येत नाहीत, त्यामुळे ते परस्परांना अनभिज्ञ राहतात.

बेली (Bailly) यांनी या मुलाखतीची पुढील वैशिष्ट्ये सांगितली आहेत-

१) **लवचिकता** : मुलाखतीद्वारे अधिक माहिती मिळू शकते. जे प्रश्न क्लिष्ट असतील त्यांचे स्पष्टीकरण देता येते. जेव्हा उत्तर देणारा निरक्षर असतो तेव्हा लिखित प्रश्नावलीपेक्षा अलिखित प्रश्नावली आणि तोंडी मुलाखत अधिक परिणामकारक ठरते.

२) **प्रतिसाद** : कित्येकदा लोकांना लिहिण्यापेक्षा बोलणे आवडते. विशेषतः निरीक्षणाने बोलते करून / माहिती घेणे हे संशोधकाचे कौशल्य आहे.

३) **वातावरणात नियंत्रण** : कित्येकदा मुलाखत देणारा एकटाच नसतो. संशोधकाने मुलाखत देणाऱ्याच्या बाजूच्या अन्य लोकांना हस्तक्षेप करू नये, असे सांगावे.

४) **उत्स्फूर्त उत्तर** : कित्येकदा मुलाखत देणारा उत्स्फूर्त माहिती देतो. कदाचित त्यामुळे प्रश्नाच्या उत्तरापेक्षा अधिक तपशील संशोधकाला मिळू शकतो.

५) **पूर्णत्व** : संशोधकाने चिकाटीने सर्व प्रश्नांची उत्तरे मिळवावीत. कित्येकदा प्रश्नावली प्रदीर्घ असेल, तर वेळेअभावी काही प्रश्न विचारले जात नाहीत.

६) **निष्कर्षाबाबत विश्वसनीयता** : मुलाखतीद्वारे मिळालेली माहिती परिपूर्ण असेल, तर त्यावर आधारलेले निष्कर्षदेखील वास्तववादी आणि विश्वसनीय स्वरूपाचे असतात.

७) **तत्परता** : माहिती संकलन मुलाखतीद्वारे करण्यात एक फायदा असा की, उत्तरे त्वरित मिळतात. ही उत्तरे टपालाद्वारे उशिरा मिळतात किंवा मिळतही नाहीत. प्रत्यक्ष मुलाखतीत नियोजित प्रश्नांची तर उत्तरे मिळतातच. त्याहीपेक्षा त्याला पूरक अशी माहिती मिळते आणि काही माहिती निरीक्षणाआधारे जमा करता येते.

८) **खर्च** : मुलाखत हा खर्चीक प्रकार आहे. मुलाखत घेणाऱ्यास प्रवासखर्च द्यावा लागतो किंवा सर्वेक्षण करणाऱ्या व्यक्तीला प्रशिक्षण द्यावे लागते.

९) **कालावधी** : सर्वसाधारणपणे मुलाखत ही वेळ खाणारी घटना आहे. मुलाखत घेणाऱ्यास दूरवर प्रवास करावा लागतो. ठरावीक वेळी गाठी घ्याव्या लागतात. कित्येकदा एकाच मुलाखतीसाठी एकापेक्षा जास्त वेळा जावे लागते.

१०) **पूर्वग्रह दृष्टिकोन** : संशोधनात पूर्वग्रह दृष्टिकोनाला स्थान नाही. त्यामुळे

संशोधनातील निष्कर्ष अधिक वास्तववादी येण्यासाठी, ते पूर्वग्रहदृष्टिकोनावर आधारित असू नयेत.

११) **गैरसोय** : व्यक्तीच्या विचार शक्तिवर त्याचा आजार, शारीरिक थकवा, भूक इत्यादी घटक परिणाम करतात. मुलाखत घेताना या अडचणी येतात.

१२) **निनावी शून्यता** : मुलाखत घेणाऱ्याने मुलाखत देणाऱ्यास आपली पूर्ण ओळख द्यावी. संशोधनाची माहिती कशासाठी हवी आहे, त्याचा उपयोग कसा केला जाईल, याबद्दल मुलाखत देणाऱ्याच्या मनात विश्वास निर्माण केला पाहिजे.

कित्येकदा प्रश्नाची उत्तरे देणाऱ्या व्यतिरिक्त अन्य व्यक्तीकडून ही माहिती मिळवली जाते. उदा. सहकारी स्तरावर कारखान्यातील ऊसतोड आणि कामगारांची समस्या विचारात घेताना वाहतूक, कामगारांना मिळणारे वेतन, त्यांचे कामाचे तास याबाबत प्रश्न विचारून माहिती मिळते. त्याच माहितीची सत्यता तेच प्रश्न ठेकेदार आणि सहकारी साखर कारखान्याचे व्यवस्थापक, यांना विचारून घेता येते. यालाच उलट तपासणी म्हणता येईल.

३.३.२ प्रश्नावली (Questionnaire)

प्रश्नावली ही प्रश्नांची यादी असते. संशोधक या प्रश्नांच्या यादीतून प्रश्न विचारून निवेदकाकडून माहिती काढून घेत असतो. 'प्रश्नावली' म्हणजे निश्चित समस्यांशी संबंधित असलेल्या व्यक्तीकडून पूर्वीच तयार केलेल्या प्रश्नांच्या क्रमबद्ध तालिकेची मागितलेली उत्तरे होय. म्हणजेच विशिष्ट समस्येचा अभ्यास करण्यासाठी संबंधितांकडून त्यासंबंधी माहिती मिळावी म्हणून समस्येच्या संदर्भात एक प्रश्नांची यादी केली जाते, त्यालाच प्रश्नावली म्हणतात.

ज्या प्रश्नांची सांख्यिकी माहिती संग्रहित करावयाची असते, त्याला अनुसरून प्रश्नावली तयार करताना संबंधित विषयातील तज्ज्ञांची मदत घेतली जाते. उदा. सरकारला बेरोजगारांच्या संदर्भातील माहिती संग्रहित करावयाची असेल तर सरकार देशातील अर्थतज्ज्ञांचा सल्ला घेते अथवा त्यांच्याकडून प्रश्नावली तयार करून घेते. प्रश्नावली तयार करणे हा कौशल्याचा भाग असतो त्यासाठी प्रश्नावली तयार करणाऱ्या व्यक्तीला प्रश्नावलीच्या संदर्भातील सर्व नियम, मर्यादा माहिती असणे आवश्यक असते.

ज्या वेळी संशोधन क्षेत्र फार विशाल असते त्या वेळी संशोधन क्षेत्रास भेट देणे कधी कधी शक्य होत नाही अथवा मुलाखती घेणे शक्य होत नाही, तेव्हा प्रश्नावली

तयार करून व्यक्तीकडून प्रश्नांची उत्तरे घेतली जातात. अथवा प्रश्नावली तयार करून ती प्रश्नसूची माहिती देऊ शकणाऱ्या व्यक्तीकडे पोष्टाने अथवा व्यक्तीद्वारे पाठविली जाते आणि त्या व्यक्तीकडून प्रश्नांची उत्तरे घेतली अथवा मागविली जातात; यालाच 'प्रश्नावली' म्हणतात. संशोधनक्षेत्र कितीही विशाल असले, तरी प्रश्नावलीच्या साहाय्याने व्यक्तीशी संपर्क साधता येतो व माहिती संकलित करता येते.

प्रश्नावलीचे प्रकार

प्रश्नावलीचे प्रकार दोन :

अ) साचेबंद प्रश्नावली ब) मुक्त प्रश्नावली

अ) साचेबंद प्रश्नावलीचे तोटे (Disadvantages of Closed Ended Questions)

१. उत्तरे देणाऱ्या व्यक्तीला ही प्रश्नावली मदत करते.
२. उत्तर देणाऱ्या व्यक्तीला स्वतःचे विचार मांडण्याचे स्वातंत्र्य नसते.
३. यात अनेक पर्याय दिल्यामुळे उत्तर देणारा गोंधळून जातो.
४. विविध उत्तरे असल्याने उत्तर निवडणे कठीण जाते.
५. उत्तरे नोंदविताना चुकीच्या उत्तरावर निर्हेतुक पद्धतीने खूण केली जाते.
अशी प्रश्नावली टपाल प्रश्नावलीसाठी वापरतात.

ब) मुक्त प्रश्नावलीचे तोटे (Disadvantages of Open Ended Questions)

मुक्त प्रश्नावलीमध्ये ठरावीकच उत्तर मिळावे अशी अपेक्षा नसते; उत्तर देणाऱ्यास पूर्ण स्वातंत्र्य असते. मात्र यात पुढील तोटे आहेत–

१. अनावश्यक माहिती संकलित होते.
२. मिळालेल्या माहितीचे एकसूत्रीकरण करता येत नाही.
३. माहितीचे संक्षेपीकरण करता येत नाही.
४. ही उत्तरे अतिशय साधारण दर्जाची असतात.
५. या प्रकारच्या प्रश्नांमुळे उत्तर देणारा कंटाळतो.

प्रश्नावलीचे स्वरूप

प्रामुख्याने टपालाद्वारे माहिती मिळवताना वापरात येणाऱ्या प्रश्नावलीचे स्वरूप प्रा. बेली (Bailly) यांनी सांगितले.

१. मुक्त प्रश्नावली प्रामुख्याने काटेकोर पद्धतीने व बिनचूक केलेली असावी.
२. साध्या सरळ भाषेत प्रश्न विचारावेत.

३. प्रश्नाला आवश्यक ती माहिती सुरुवातीस द्यावी. प्रश्नांची उत्तरे देण्याची पद्धती समजावून द्यावी.
४. प्रश्नाची मांडणी सुसंगत असावी.
५. सामाजिक, आर्थिक प्रश्न विचारताना गैरसमज होणार नाहीत याची काळजी घ्यावी.

प्रश्नावली व्याख्या

प्रश्नावलीच्या शास्त्रीय व्याख्या पुढीलप्रमाणे अभ्यासता येतील-

१. गुड आणि हॅट यांच्या मते, 'प्रश्नावली म्हणजे प्रश्नांची उत्तरे प्राप्त करून घेण्याची पद्धती असून तिच्यात प्रश्नपत्रिकेचा उपयोग केला जातो व त्या प्रश्नांची उत्तरे उत्तरदात्याला स्वतः द्यावी लागतात.'
२. बोगार्डस यांच्या मते, 'प्रश्नावली म्हणजे भिन्न भिन्न व्यक्तींकडून ज्यांची उत्तरे मागविली जातात अशा प्रश्नांची तालिका होय. यामुळे प्रमाणित उत्तरे प्राप्त होतात. आणि यांचा उपयोग सारणीयन किंवा सांख्यिकीसाठी होतो.'
३. विल्सन गी, 'विस्तृत क्षेत्रात मोठ्या संख्येने पसरलेल्या अथवा एखाद्या निवडलेल्या छोट्या क्षेत्रात पसरलेल्या लोकांकडून मर्यादित प्रमाणात तथ्ये संकलन करण्याची सरळ पद्धत म्हणजे प्रश्नावली होय.'
४. जॉर्ज लुंडबर्ग म्हणतात, 'मूलतः साक्षर निवेदकांना चेतना देणारे प्रश्न प्रश्नावलीत असतात. त्याचा उद्देश चेतना लाभलेल्या निवेदकांच्या शाब्दिक वर्तनाचा अभ्यास, अभ्यासकाला करावयाचा असतो.'

प्रश्नावलीचे उद्देश

प्रश्नावलीचे उद्देश पुढीलप्रमाणे-

१. प्रश्नावलीचा प्रमुख उद्देश फार विस्तृत क्षेत्रातून यथार्थ आणि स्वाभाविक तथ्ये संकलित करणे हा असतो.
२. वेळ, पैसा व परिश्रम यांत बचत करणे.
३. गोपनीयता कायम ठेवून तथ्ये गोळा करणे.

प्रश्नावलीची वैशिष्ट्ये

प्रश्नावलीची वैशिष्ट्ये खालीलप्रमाणे अभ्यासता येतील-

१. या पद्धतीत संशोधकाच्या उपस्थितीचा कोणताही प्रभाव न पडता लोकांकडून उत्तरे गोळा केली जातात.
२. प्रश्नावली हा प्राथमिक सामग्री एकत्र करण्याचा प्रत्यक्ष विधी होय.

३. प्रश्नावलीची भाषा सरळ आणि स्पष्ट असते.

४. प्रश्नावली ही उद्देशपूर्ण व सुनियोजित अशी प्रश्नांची तालिका होय. ती मुद्रित किंवा चक्रमुद्रांकित असते.

५. प्रश्नावलीचा उपयोग फक्त सुशिक्षित लोकांच्यासाठी होऊ शकतो.

६. प्रश्नावलीद्वारे विस्तृत क्षेत्रातून तथ्ये गोळा करता येतात.

७. प्रश्नावलीत प्रश्नांचा क्रम सोपा ते कठीण आणि सामान्यापासून विशिष्टांकडे असा असतो.

८. प्रश्नावलीमुळे वेळ आणि खर्च यात बचत होते.

९. प्रश्नावलीमुळे प्राप्त होणारी माहिती तुलनात्मक दृष्टीने अधिक वस्तुनिष्ठ वैध असते.

१०. प्रश्नावली एकाच वेळी सहस्रावधी लोकात वितरीत करता येते.

आदर्श प्रश्नावलीचे विशेष

आदर्श प्रश्नावलीचे विशेष पुढीलप्रमाणे प्रतिपादन केलेले आहेत–

१. **प्रश्नसंख्या** : प्रश्नावलीत प्रश्नसंख्या जास्त असेल, तर निवेदकाला कंटाळा येत असतो. म्हणून प्रश्नावलीत प्रश्नसंख्या कमी असावी की, ज्यामुळे निवेदकाला उत्तरे देण्यात रस निर्माण होईल.

२. **बंदिस्त प्रश्न** : खुले प्रश्न असतील तरी निवदेक भलतीकडेच भरकटत असतो. तथ्यांचे वर्गीकरण करताना खुल्या उत्तरामुळे कमालीची अडचण निर्माण होते. हे असे होऊ नये म्हणून प्रश्नावलीत बंदिस्त प्रश्न असणे आवश्यक असते.

३. **एकअर्थी प्रश्न** : प्रश्नावलीत शक्यतो एकअर्थी प्रश्न असावेत. द्विअर्थी प्रश्न असतील तर निवेदकाच्या मनात संभ्रम निर्माण होत असतो. म्हणून प्रश्न सरळ, सोपे, साधे व एकच अर्थ व्यक्त करणारे असावेत.

४. **पक्षपातविरहितता** : प्रश्नांची रचना व मांडणी करताना पक्षपाताला स्थान देऊ नये; नाहीतर निवेदक उत्तर देताना पक्षपात करण्याची शक्यता नाकारता येत नाही.

५. **परस्परपूरकता** : प्रश्नावलीत प्रश्न परस्परपूरक असावे लागतात. ते एकमेकांना पूरक तर असावेच; शिवाय पोषकही असायला पाहिजेत. एवढेच नाही तर प्रश्नांचे स्वरूप अशिष्टपणाचे व परिणामकारक असेल तर तथ्यात दोष राहून जातो.

प्रश्नावलीची उपयुक्तता वृद्धिंगत करणारे घटक

प्रश्नावलीची उपयुक्तता वाढविण्यासाठी संशोधकाला पुढील काही बाबींवर लक्ष केंद्रित करावे लागते–

१. **शिक्षित निवेदक** : प्रश्नावली पाठविताना सर्वप्रथम महत्त्वपूर्ण खबरदारी घ्यावी लागते, ती म्हणजे निवेदक किंवा उत्तरदाता हा सुशिक्षित असायला पाहिजे. संशोधकाने जे निवेदक सुशिक्षित असतील अशांचीच निवड करून त्यांच्याकडे पाठविली पाहिजे.

२. **विनंतिपत्र** : उत्तरदाता सुशिक्षित असला, तरी तो ठरलेल्या वेळेत प्रश्नावली भरून परत पाठवील याची खात्री नसते. फारच मोजके निवेदक किंवा सुशिक्षित असूनसुद्धा त्यांपैकी काहींना कामाचा व्याप असतो, तर काही जण निखळ दुर्लक्ष करीत असतात.

३. **विषयासंबंधी ज्ञान** : निवेदक जरी सुशिक्षित असला तरी संशोधकाने निवडलेल्या विषयासंबंधी त्याला ज्ञान असतेच असे नाही. प्रश्नाचा आशय लक्षात आला तर तो योग्य उत्तर देतो. परंतु अनेकांच्या बाबतीत ही अडचण निर्माण होत असते. तेव्हा संशोधकाने प्रश्नावलीत असे काही प्रश्न विचारणे आवश्यक असते की, ज्याचा अर्थ निवेदकाला सहज लक्षात येईल. यासाठी सुटसुटीत प्रश्न, सोपी भाषा आणि भाषेत अंतर्भूत केलेले शब्द हे सहज लक्षात येण्यासारखे असावेत.

४. **पूरक माहिती** : संशोधकाने निवड केलेल्या विषयाचे प्रश्नावलीच्या साहाय्याने पूर्णपणे ज्ञान संकलित केले जातेच असे नाही. प्रश्नाच्या मांडणीसाठी संशोधकाला जशा काही मर्यादा पडतात, तशाच निवेदकाच्या उत्तरांनासुद्धा मर्यादा असतात. अशा परिस्थितीत विषयाचे संपूर्ण ज्ञान हस्तगत करण्यासाठी संशोधकाने आपल्या विषयांशी संबंधित अन्य काही साहाय्यक किंवा पूरक माहिती संकलित करणे आवश्यक असते.

प्रश्नावलीची रचना अथवा बांधणी अथवा निर्माणविधी

स्थूलमानाने प्रश्नावली तयार करताना खालील मुद्यांचा विशेष विचार अभ्यासकाने केला पाहिजे–

१. **प्रश्नावलीचा आकार** : प्रश्नावलीची रचना निवेदकांचा प्रतिसाद मिळविण्याच्या दृष्टीने तयार केली पाहिजे. त्यासाठी अभ्यासकाने प्रश्नावलीचा आकार मर्यादित ठेवणे अगदी आवश्यक आहे. प्रश्नावलीच जर मोठी असेल, तर निवेदक ती प्रश्नावली वाचण्यास अनेक कारणांनी धजत नाही. प्रश्नावली आकारामुळे

निवेदकाच्या मनात सहकार्याची भावना निर्माण झाली पाहिजे. त्यासाठी प्रश्नावलीत मर्यादित प्रश्न असावेत.

२. **आकर्षक स्वरूप :** प्रश्नावलीचे स्वरूप आकर्षक ठेवण्याची दक्षता अभ्यासकाने घेतली पाहिजे. प्रश्नावलीसाठी प्रश्नांची संख्या मर्यादित, उत्तम प्रतीचा कागद, स्पष्ट आणि सुबक छपाई, प्रत्येक प्रश्नाच्यामध्ये योग्य अंतर डाव्या व उजव्याबाजूला अपेक्षित मोकळी जागा म्हणजे समास, छपाईसाठी चांगली शाई इत्यादी बाबी दर्जात्मक असतील तर प्रश्नावलीचे स्वरूप आकर्षक बनते.

३. **स्पष्टता :** प्रश्नावलीत असलेल्या प्रश्नावलीचे स्वरूप स्पष्ट असायला पाहिजे. प्रश्न जर संदिग्ध आणि बोजड असतील तर निवेदकाला ते समजत नसतात. निवेदकाला प्रश्नाचा रोख समजण्यासाठी त्यात स्पष्टता असावी. प्रश्नावलीची स्पष्टता पुढील बाबींवर अवलंबून असते–

अ) शब्दयोजना : प्रश्नावलीत ज्या प्रश्नांची मांडणी केलेली असते, त्या प्रश्नांची शब्दयोजना साधी सोपी असायला पाहिजे. ग्रांथिक भाषेचा वापर करून प्रश्नांची मांडणी केली तर निवेदकाच्या दृष्टीने असे प्रश्न निव्वळ टाकावू असतात. तांत्रिक वा ग्रांथिक शब्द वापरून निर्माण केलेली वाक्यरचना ही फक्त संशोधकालाच उपयुक्त असते.

आ) वाक्य : प्रश्नावलीत बोजड वाक्य वापरून निवेदकाची सहनशीलता अजमावण्यात कसलाही शहाणपणा नसतो, कारण नसताना पल्लेदार आणि लांबलचक वाक्य वापरून निवेदकाकडून सत्य माहिती प्राप्त होईलच याची खात्री नसते. म्हणजेच निवेदकाला समजेल असेच वाक्य प्रश्नावलीत समाविष्ट करायला पाहिजे.

इ) दिशा : प्रश्नाचे उत्तर निवेदकाला विचार करायला लावणारे असावे लागते. समजा प्रश्नातच त्याचे उत्तर असेल तर निवेदकाच्या स्वतंत्र बुद्धीला अजिबात स्थान रहात नाही. याचाच अर्थ असा की उत्तरे सूचित करणारे प्रश्न असू नयेत.

ई) पर्यायी उत्तर : प्रश्नावलीची अचूकता साधवयाची असेल तर पर्यायी उत्तराची व्यवस्था करायला पाहिजे. पर्यायी उत्तरे असतील तर निवेदकाला जे पर्यायी उत्तर योग्य वाटेल त्यावर खूण करण्याची सूचना द्यायला पाहिजे. निवेदकासमोर पर्याय असेल तर वेगळा विचार करण्याची त्याला गरज भासत नाही.

उ) अचूकता : प्रश्नावलीत काही प्रश्न असे असतात की, ज्यात आकडेवारीचा समावेश झालेला असतो. आकडेवारीतील प्रश्नांचे उत्तरसुद्धा आकडेवारीत असावे लागते. अशा प्रसंगी प्रश्नही अचूकपणे विचारले पाहिजेत.

ऊ) प्रश्नांची मांडणी : चटकन व उत्स्फूर्त उत्तर मिळण्यासाठी प्रश्नांची मांडणी व्यवस्थित असली पाहिजे. त्यासाठी हे पुढील मुद्दे महत्त्वाचे आहेत–

१. क्लिष्ट प्रश्न विचारण्याचे टाळले पाहिजे. निवेदकाला प्रश्नाचा अर्थ समजण्यासाठी फार विचार करावा लागू नये.

२. प्रश्न व त्यांची उत्तरे व्यक्तीच्या कुवतीतील असावीत.

३. वादग्रस्त विषयावरचे प्रश्न सावधपणे विचारले पाहिजेत.

४. काही खाजगी प्रश्न विचारतांना शब्दांची निवड व त्यांची मांडणी काळजीपर्वूक करावी लागते.

५. प्रश्नांची मांडणी करताना निवेदकाबाबत काही गृहीत धरता कामा नये.

६. प्रश्नांची मांडणी अशी असावी की, ज्यामुळे निवेदकाला उत्तरे देताना आकडेमोड करावी लागू नये.

ए) प्रश्नांचा क्रम : प्रश्नांचा क्रम कसा असावा यासाठी पुढील बाबींचा संशोधकाने विचार केला पाहिजे–

१. सर्वप्रथम सगळ्यात सोपे प्रश्न विचारणे अत्यंत चांगले असते. सोपे प्रश्न म्हणजे निवेदकाचे नाव, वय, शिक्षण, कुटुंब इत्यादी. अर्थात, या सर्व प्रश्नांचे स्वरूप वस्तुनिष्ठ असायला पाहिजे.

२. संशोधनात भूत व भविष्यकाळाचा समावेश झालेला असतो. प्रश्न विचारताना वा मांडणी करताना काळ आणि वेळ यांचा क्रम लक्षात घेतला नाही, तर निवेदकाला निश्चित उत्तरे देणे अवघड होऊन बसते. काळ आणि वेळेचा क्रम ठरविणे आवश्यक आहे.

३. प्रश्नांचा क्रम लावताना विषयक्रम आणि कालक्रम यांच्यामध्ये सुसंगतता असावी लागते. शिक्षणविषयक प्रश्न संपल्यानंतर आर्थिक आणि सामाजिक प्रश्न विचारलेत तर विशिष्टक्रम साधला जातो.

४. सगळेच प्रश्न वय, कुटुंब, विवाह, शिक्षण, अर्थ इत्यादीसंबंधित असले तरीसुद्धा काही प्रश्न असे असतात की, त्यांची उत्तरेसुद्धा निवेदकाकडून मिळवावी लागतात.

५. खुले प्रश्न हे शेवटी विचारलेत तर ते उत्तराच्या दृष्टीने अधिक चांगले असते; कारण खुल्या प्रश्नात निवेदकाला विचार करावा लागतो. विचार करताना वेळही लागत असतो.

३.३.३ निरीक्षण (Observation)

अध्ययनक्षेत्रात प्रत्यक्ष जाऊन निरीक्षण करणे ही माहिती संकलनाची पहिली आवश्यक अट आहे. ती संशोधनाचा पाया आहे. म्हणजे संशोधनाची सुरुवात निरीक्षणानेच होते. परंतु निरीक्षण, म्हणजे केवळ 'पहाणे' नव्हे. 'पद्धतशीररीतीने सहेतूक पाहणे म्हणजे 'निरीक्षण' होय.' अभ्यास विषयीच्या दृष्टीने नेमके जे महत्त्वाचे आहे त्याचेच निरीक्षण करणे महत्त्वाचे असते. संशोधक स्वत: आपल्या अध्ययनक्षेत्रात जातो आणि आपल्या विषयाच्या संबंधित घटना, वस्तू अथवा व्यवहार या सर्वांचे अवलोकन करतो त्यास 'प्रत्यक्ष निरीक्षण' असे म्हणतात.

संशोधक कित्येकदा संशोधनाच्या ठिकाणी प्रश्नावलीच्या साहाय्याने माहिती मिळविण्यासाठी जातो. उदा. झोपडपट्टीतील रहिवाशांच्या आर्थिक, सामाजिक प्रश्नांचा अभ्यास करताना, संशोधक प्रत्यक्ष झोपडपट्टीत जातो. नियोजनबद्ध प्रश्नावलीच्या आधारे त्याला माहिती मिळतेच; पण त्यापेक्षाही त्या झोपडपट्टीवासीयांची झोपडी आजूबाजूचे वातावरण याची माहिती निरीक्षणातून त्याला होते. ती माहिती त्याला अधिक महत्त्वाची असते. कारण कित्येकदा त्यासंबंधी साचेबंद प्रश्न विचारता येत नाहीत. ही माहिती संशोधनात निष्कर्ष मांडताना उपयोगी पडते. अशा वेळी मात्र संशोधकाने मुलाखत संपल्यावर निवांतपणे आपण निरीक्षण केलेल्या घटनांची स्वतंत्र नोंद ठेवावी. कदाचित संशोधनातील गृहीतकांची सत्यासत्यता पडताळून पाहाताना त्या माहितीचा उपयोग होऊ शकेल.

निरीक्षणाची व्याख्या

१. निरीक्षण पद्धतीची ऑक्सफर्ड संक्षिप्त कोशात व्याख्या दिली आहे. त्यात म्हटल्याप्रमाणे, 'घटनातील अंतर्गत संबंध आणि कार्यकारण भाव जाणून घेण्यासाठी घटनांचे काळजीपूर्वक केलेले अवलोकन म्हणजे निरीक्षण होय.'
२. पी.व्ही. यंग यांच्या मते, 'निसर्गात घटना घडत असताना त्या जाणीवपूर्वक व पद्धतशीरपणे पाहणे म्हणजे निरीक्षण.'
३. सी.ए. मोझर यांच्या मते, 'प्रामुख्याने कान आणि वाणी याहून डोळ्यांचा स्वतंत्र प्रयोग करणे म्हणजे निरीक्षण होय.'

निरीक्षणाचे स्वरूप

निरीक्षणाच्या स्वरूपामध्ये पुढील मुद्यांचा समावेश होतो–

१. मानसशास्त्रीयदृष्ट्या विचार करता निरीक्षण ही संकीर्ण प्रक्रिया आहे.
२. निरीक्षणाला हेतू असतो. संशोधकाने आपण कशाचे निरीक्षण करणार आहोत, हे ठरविले पाहिजे.

३. निरीक्षण म्हणजे हेतुपूर्वक पाहाणे होय.

४. निरीक्षणात विवरण असते.

निरीक्षणाची वैशिष्ट्ये

निरीक्षणाची पुढील वैशिष्ट्ये आहेत–

१. निरीक्षण डोळ्यांनी, कानाने आणि वाणीने म्हणजेच इंद्रियांचा उपयोग करून केले जाते.

२. निरीक्षणात प्राथमिक माहितीचे संकलन असते.

३. निरीक्षणात संशोधकाला क्षेत्रीय पाहणी करताना सक्रिय सहभाग घ्यावा लागतो.

४. संशोधकाने स्वतः डोळ्याने पाहिलेली कानाने ऐकलेली माहिती अधिक विश्वसनीय होते.

५. निरीक्षणात वस्तुनिष्ठता व सत्यता असते.

६. संशोधकाने संशोधनासाठी निवडलेल्या विषयाचा अभ्यास आणि विचार करून निष्कर्ष काढले जातात.

७. निरीक्षण म्हणजे वैज्ञानिक दृष्टिकोन आहे.

निरीक्षणाचे प्रकार

निरीक्षणाचे पुढील प्रकार आहेत–

१) अनियंत्रित निरीक्षण, २) नियंत्रित निरीक्षण, ३) सहभागी निरीक्षण,
४) असहभागी निरीक्षण, ५) अर्धसहभागी निरीक्षण.

निरीक्षण हे संशोधकाला अभ्यासासाठी निवडलेल्या विषयावरील प्रत्यक्ष पाहणी, क्षेत्रीय पाहणीद्वारे संकलित करता येण्याचे एक महत्त्वाचे साधन आहे. अशा प्रकारे निरीक्षणपद्धती सरळ, सोपी, विश्वसनीय व प्रमाणित आहे, म्हणून ती अतिशय उपयोगी आहे. परंतु, हेही लक्षात घेतले पाहिजे की, या निरीक्षण तंत्राला मर्यादा आहेत. अनेक सामाजिक, आर्थिक घटना अमूर्त अथवा भावनात्मक असतात, अशा घटनांच्या बाबतीत ही निरीक्षणपद्धत मर्यादित अर्थाने उपयुक्त ठरते.

१) अनियंत्रित निरीक्षण

अनियंत्रित निरीक्षणाला 'साधे निरीक्षण' असेही म्हणतात. या निरीक्षणात ज्या लोकांचे वा घटनाप्रसंगाचे अवलोकन करावयाचे असते, तेव्हा त्याच्यावर कोणत्याही प्रकारचे नियंत्रण नसते. म्हणजे आहे त्याच नैसर्गिक अवस्थेत निरीक्षण करण्याच्या पद्धतीला 'अनियंत्रित निरीक्षण' असे म्हटले जाते. संशोधकाने येथे कोणत्याही प्रकारे हस्तक्षेप करावयाचा नसतो. पी. व्ही. यंग म्हणतात, 'अनियंत्रित निरीक्षणात आपणाला

वास्तविक जीवनाची परिस्थिती सूक्ष्मरीतीने पारखण्याची असते. त्यामुळे निरीक्षण करण्यात येणारी घटना शुद्ध आहे अथवा नाही हे कळून घेण्याचा प्रयत्न केला जात नाही.' याचाच अर्थ असा की, संशोधक फक्त परिस्थितीचे निरीक्षण करीत असतो. डोळे आणि कानांचा उपयोग करून आहे त्याचे निरीक्षण करावे एवढीच संशोधकाची भूमिका असते. ज्ञानेंद्रियांच्या साहाय्याने सामाजिक संबंध समजून घेण्याचा उद्देश म्हणजे निरीक्षण. निरीक्षण कृत्रिम स्वरूपाचे असते. यात कोणत्याही प्रकारच्या तंत्राचा वापर केला जात नाहीच. वास्तविक परिस्थितीत कसल्याही प्रकारची ढवळाढवळ करण्याची संशोधकाला गरज नसते.

अनियंत्रित निरीक्षणाचे असे काही खास नियम नाहीत. परंतु, निदान निरीक्षण कसे करायला पाहिजे याचे काही संकेत आहेत. प्रामुख्याने स्वतःसाठी काही बाबींचा विचार करून त्यादृष्टीने निरीक्षण करायला पाहिजे. ते असे की, सुरुवातीलाच त्याने अभ्यासविषयाशी संबंधित असणाऱ्या घटकांची माहिती करून घेतली पाहिजे. निरीक्षणाद्वारे लोकांचे वर्तन समजून घेणे, हे संशोधकाचे काम आहे. निरीक्षण करणे तसे सोपे असते असे नाही. परंतु, प्रसंगाचे स्वरूप गतिमान असेल तर निरीक्षणात दिसून येणाऱ्या घटनाप्रसंगांची नोंद घेणे सहज शक्य असते. अशा प्रसंगी नोंदीचे काम नंतर केल्याने निरीक्षणाचे महत्त्व अबाधित राहू शकते. अर्थात, अभ्यासविषयाचे निरीक्षण कसे करावयाचे आणि कसे करू नये, याचा सारासार विचार संशोधकानेच करायचा असतो. साधे निरीक्षण हे अत्यंत स्वाभाविक असते एवढेच.

२) नियंत्रित निरीक्षण

नियंत्रित निरीक्षण प्रकाराच्या बरोबर उलट असणारा हा निरीक्षणप्रकार आहे. निरीक्षणघटकावर व प्रत्यक्ष निरीक्षणावर कोणतेच बंधन नसते. अत्यंत स्वाभाविक परिस्थितीत घटना जशा घडतात तसे त्यांचे अवलोकन अनियंत्रित निरीक्षणात केले जाते; पण नियंत्रित निरीक्षणात विशिष्ट परिस्थिती निर्माण करून घटनांचे अवलोकन केले जाते. नियंत्रित निरीक्षण म्हणजेच प्रयोगाचाच एक प्रकार आहे. कारण निसर्गात हस्तक्षेप करून आपल्याला हवा तसा बदल घडविणे किंवा हवी ती परिस्थिती निर्माण करणे व नंतर त्याचे निरीक्षण करणे यालाच प्रयोग म्हणतात. नैसर्गिक शास्त्रात नियंत्रित निरीक्षणाचा वापर मोठ्या प्रमाणात केला जातो; पण सामाजिकशास्त्रात नियंत्रित निरीक्षण शक्य व्हावे म्हणून मोठ्या प्रमाणात प्रयत्न चालू आहेत. गुन्हेगारी, वंश, परिस्थिती व व्यक्तिमत्त्व इत्यादींच्या अभ्यासासाठी नियंत्रित निरीक्षणाचा वापर केला जातो; पण तरीसुद्धा नैसर्गिक व सामाजिक शास्त्रातील विशेषतः अर्थशास्त्रातील प्रयोगाचे स्वरूप भिन्न असते, हे ध्यानी घेतले पाहिजे. निसर्गात हस्तक्षेप करून

आपणाला हवी तशी परिस्थिती निर्माण करणे नैसर्गिक शास्त्र साधू शकते; पण अशी कृत्रिम परिस्थिती निर्माण न करता ज्या नैसर्गिक परिस्थितीत व्यक्तीचे वर्तन होत असते त्याचे काळजीपूर्वक अवलोकन वेगवेगळ्या उपकरणांच्या साहाय्याने घटनेवर व स्वतःवर नियंत्रण ठेवून संशोधक करीत असतो.

नियंत्रित नियंत्रण दोन प्रकारचे असते. प्रथम अभ्यासविषयातील घटकावर नियंत्रण ठेवले जाते आणि त्याबरोबर निरीक्षकावरही नियंत्रण ठेवले जाते. गुड व हॅट म्हणतात, 'घटक व निरीक्षक यावर नियंत्रण पद्धतशीरपणे निरीक्षणात असते. सामाजिक शास्त्रात विशेषत: अर्थशास्त्रात हे पद्धतशीर निरीक्षण आणावयाचे झाल्यास घटक व निरीक्षक यांवर नियंत्रण ठेवणे आवश्यक आहे.'

३) सहभागी निरीक्षण

ज्या निरीक्षणात संशोधक अध्ययनक्षेत्रात जाऊन तेथील लोकांच्या कार्यकल्पात भाग घेतो, ते सहभागी निरीक्षण होय. त्याचा एक भाग अथवा अंश बनून तो निरीक्षण करतो. समूहाच्या क्रियाकल्पात भाग घेतो व भागीदार बनून त्या समूहाचे निरीक्षण करतो. त्याची राहणी, चालीरीती, संस्कृती पाहून त्याचे अध्ययन करतो. अशा सहभागी बनण्यामुळे समूहाच्या स्वाभाविक स्वरूपाची ओळख होते. समूहाविषयी प्रत्यक्ष ज्ञान प्राप्त होते. यथार्थ व वास्तविक तथ्ये गोळा करता येतात, त्यामुळे तो एक अभ्यासक आहे, आपल्यापेक्षा निराळी व्यक्ती आहे असे समूहाला वाटत नाही. पी. व्ही. यंग म्हणतात की, 'सहभागी निरीक्षक साधारणतः अनियंत्रित निरीक्षणाचा प्रयोग करताना त्या समूहजीवनात राहतो, भाग घेतो.'

४) असहभागी निरीक्षण

असहभागी निरीक्षण हे सहभागी निरीक्षणाच्या उलट आहे. दोन्ही पद्धतींत फरक आहे. सहभागी निरीक्षणात संशोधकाला अभ्यासघटकांत मिळून मिसळून राहण्याचे पूर्ण स्वातंत्र्य असते. असहभागी निरीक्षणात संशोधकाला लोकात जाण्याची परवानगी असते. परंतु, एक तटस्थ म्हणून त्याला तेथे आपली भूमिका वठवावी लागते. एक पृथक् निरीक्षक या नात्याने त्याची उपस्थिती असते. एक तटस्थ म्हणून निष्पक्ष भावनेने तो समूह वा गटातील घटकांचे निरीक्षण करीत असतो. उघड्या डोळ्याने सगळे काही पाहिलेले, कोणतीही घटनाप्रसंग नजरेतून सुटू नये याची दक्षता घेतो. एक तटस्थ म्हणून तथ्ये संकलन करण्याचा प्रयत्न करीत असतो. समूहात मिसळला तरी तो त्या समूहाचा सदस्य बनत नाही. एवढेच नाही तर एकरूप होण्याचेसुद्धा जाणीवपूर्वक

टाळत असतो. आंतरक्रियात्मक जीवनात प्रवेश करण्याची त्याची अजिबात इच्छा नसते. जे काही चालले आहे ते कॅमेऱ्याप्रमाणे, डोळ्यांप्रमाणे डोळ्याने आकलन करीत असतो. पुन्हा पुन्हा बघणे आणि ऐकणे ही त्यांची प्रमुख भूमिका असते. तथापि, सहभागी निरीक्षणासारखाच हा असहभागी निरीक्षणप्रकार असतो.

५) अर्धसहभागी निरीक्षण

प्रायोगिक संशोधनात असहभागी निरीक्षण करणे शक्य असते. परंतु, सामाजिक समूहाच्या अध्ययनात असहभागी निरीक्षण करणे शक्य नाही. असहभागी निरीक्षणात एकीकडे समूहाचे निरीक्षण करताना संशोधकाला त्या समूहात उपस्थित तर राहावेच लागते आणि दुसरीकडे त्याला त्यांच्या क्रिया आणि व्यवहारात भाग घ्यायचासुद्धा नसतो. अशी विचित्र परिस्थिती संशोधकासमोर निर्माण होते. सहभागी निरीक्षणात शास्त्रीय दृष्टिकोनाचा अभाव असतो. यातून मार्ग काढण्यासाठी काही अभ्यासकांनी या दोन्ही पद्धतींचा सुवर्णमध्य निश्चित केला. या मधल्या मार्गाने केल्या जाणाऱ्या निरीक्षणालाच 'अर्धसहभागी निरीक्षण' असे म्हणतात. या निरीक्षणपद्धतीत समूहाच्या सर्वसामान्य क्रियेमध्ये आणि व्यवहारामध्ये संशोधक भाग घेतो. परंतु, भावनात्मक दृष्टीने त्या समूहाचा प्रभाव तो स्वतःवर पडू देत नाही. संशोधनाच्या उद्दिष्टपूर्तीच्या दृष्टिकोनातून आवश्यक व महत्त्वपूर्ण असणाऱ्या घटनांचे तो अधिकांश तटस्थवृत्तीने निरीक्षण करतो. या संदर्भात, संशोधक व्हाईट यांचे विचार नमूद करण्यासारखे आहेत. त्यांच्या मते, 'सामाजिक व्यवस्था ही अत्यंत जटिल व गुंतागुंतीची असते. त्यामुळे समाजात घडणाऱ्या प्रत्येक घटनेच्या संदर्भात केवळ एकच दृष्टिकोन बाळगणे शक्यच नसते. त्यातील एखाद्या वर्गाशी आपण एकरूप झालो की दुसऱ्या वर्गाशी असणारे आपले संबंध आपोआप तुटतात; म्हणून अर्धतटस्थ स्थिती ठेवणे हाच उत्तम मार्ग असतो. उदा. सामाजिक उत्सवात भाग घेणे, खेळणे इत्यादी.'

३.३.४ अनुसूची (Schedule)

अनुसूचीला 'माहितीपत्रक' अथवा 'पुरवणी पद्धत' असेही म्हणतात. लिखित सूचीला 'अनुसूची' म्हणतात. ही अनुसूची संशोधक आपले अध्ययनविषयाचे स्वरूप व उद्देश लक्षात घेऊन तयार करीत असतो. अनुसूची ही एक तथ्य संकलनाचे साधन आहे. काही वर्षांपासून अनुसूचीला एक स्वतंत्र अस्तित्व प्राप्त झाले आहे. अनुसूचित प्रश्न क्रमबद्ध लिहिलेले असतात व त्यांच्यापुढे उत्तरासाठी रिकामी जागा सोडलेली असते. संशोधक स्वत: उत्तरदात्याला अनुसूचीतील प्रश्न विचारतो व मिळालेली उत्तरे प्रश्नापुढील रिकाम्या जागेत लिहितो. प्रश्नांच्या उत्तराची व्यवस्थित नोंद झाल्यावर

निर्धारित ठिकाणी उत्तरदात्याची स्वाक्षरी घेतो व तो स्वत: सुद्धा स्वाक्षरी करतो. तसेच अनुसूची भरून घेण्याचे ठिकाण, दिनांक, वेळ यांची नोंद करतो.

अनुसूची आणि प्रश्नावली वास्तविक एकच पण, त्यांच्या रचनेत फरक असतो. अनुसूचीमध्ये स्मरणशक्तीसारखा प्रकार आढळतो. माहिती घेणारा विविध प्रश्न विविध व्यक्तींना विचारतो. शेड्युलमुळे वर्गीकरण, तालिकीकरण करणे सोपे जाते. प्रश्नावलीच्या साहाय्याने प्रत्यक्ष मुलाखती घेऊन माहितीचे विश्लेषण संशोधनात केले जाते. सामाजिक संशोधनात आणि अर्थशास्त्रीय संशोधनात ही पद्धत वापरली जाते.

अनुसूचीचा अर्थ

सामाजिक संशोधनात तथ्यसंकलनासाठी अनुसूची तंत्राला महत्त्वाचे स्थान आहे. लेखी सूचीला 'अनुसूची' असे म्हणतात. प्रश्नावली आणि अनुसूची या दोन्ही पद्धती सामान्यपणे सारख्याच आहेत; कारण अनुसूचीतदेखील प्रश्नावलीप्रमाणेच प्रश्न विचारले जातात. परंतु, या दोहोंच्या रचनेमध्ये आणि त्यांच्या उपयोगासंबंधी फरक आढळून येतो. अनुसूची हीदेखील प्रश्नांची एक यादी आहे. त्यात क्रमबद्धतेने अनेक प्रश्न विचारले जातात. त्या प्रश्नांसमोर उत्तरांसाठी पुरेशी जागा सोडली जाते. कधीकधी रिकामी सोडलेली जागा सारण्यांच्या स्वरूपात असते. उत्तरदात्यांकडून मिळालेली माहिती अनुसूचीतील सारणीमध्ये संशोधक भरून घेतो. या दृष्टीने (१) सरळ प्रश्न आणि (२) सारणीयुक्त प्रश्न असे अनुसूचीतील प्रश्नांचे दोन प्रकार पडतात. उत्तरदात्यांची मते, प्रवृत्ती, मूल्ये, भावना, अग्रक्रम, विचार इत्यादी जाणून घेण्यासाठी अनुसूचीतील प्रश्नांची रचना केली जाते. उत्तरदात्यांनी केलेल्या अवांतर सूचनांची नोंद करण्यासाठीसुद्धा अनुसूचीत जागा सोडली जाते.

संशोधनविषयाचे स्वरूप आणि उद्देश लक्षात घेऊन संशोधक अनुसूची तयार करीत असतो. उत्तरदात्यांची प्रत्यक्ष मुलाखत घेऊन संशोधक प्रत्यक्षपणे अनुसूची करून घेतो. या तंत्रात उत्तरदात्याला अनुसूचीतील प्रश्न विचारले जातात आणि त्याने दिलेली उत्तरे अनुसूचीत संशोधक स्वतः लिहीत असतो. अनुसूचीतील प्रश्न अत्यंत साधे आणि स्पष्ट असतात. केवळ तथ्यसंकलनाचा आधार म्हणून तिचा उपयोग केला जातो, म्हणून अनुसूची आकर्षक नसली तरी चालते. उत्तरदात्यांची संख्या जास्त असेल, तर अनुसूची भरून घेण्यासाठी अनेक व्यक्तींचे साहाय्य घेतले जाते.

अनुसूचीचे उद्देश (Objectives of Schedule)

निरीक्षण आणि मुलाखत यासाठी तथ्यसंकलनाचे प्रमाणित साधन निर्माण करणे हा अनुसूचीचा मुख्य उद्देश आहे. अनुसूचीमुळे प्रत्येक उत्तरदात्याला विचारले

जाणारे प्रश्न सारखेच असतात. त्यामुळे त्यांचेकडून मिळणाऱ्या माहितीत क्रमबद्धता आणि साधर्म्य असते. त्यामुळे त्या माहितीचा उपयोग करून सिद्धान्ताचे प्रतिपादन करता येते. अशा प्रकारे मिळालेल्या तथ्यांचा तुलनात्मक अभ्यास करता येतो. प्रश्नांच्या भाषेत आणि रचनेत थोडा जरी बदल झाला तरी मिळणाऱ्या उत्तरात बरीच तफावत असते, म्हणून अनुसूचीद्वारे प्रश्न लेखी स्वरूपात नोंदविले जातात.

अनुसूचीअभावी संशोधकाला तथ्यसंकलनासाठी आपल्या स्मरणशक्तीवर विसंबून राहावे लागते. त्यामुळे कधीकधी प्रश्नांचा क्रम बदलणे, काही प्रश्न सुटून जाणे, आवश्यक प्रश्न विचारले जाणे इत्यादी समस्या निर्माण होऊ शकतात. या सर्व बाबींना आळा घालणे आणि तथ्यसंकलन अचूक करणे हा अनुसूचीचा उद्देश आहे.

तथ्यांचे सारणीयन आणि निर्वचन सुलभ पद्धतीने करणे हादेखील अनुसूचीचा आणखी एक उद्देश आहे. मुलाखत घेताना उत्तरदाते आपले विचार वर्णनात्मक पद्धतीने व्यक्त करतात. अशा प्रकारची माहिती वर्गीकृत करणे आणि त्याचे निर्वचन करणे यात अनेक अडचणी येतात. अनुसूचीचा उपयोग केल्यामुळे उत्तरदात्यांकडून मिळालेल्या माहितीचे वर्गीकरण, सारणीयन आणि निर्वचन करणे सुलभ जाते.

अनुसूचीच्या व्याख्या (Definitions of Schedule)

अनुसूची तंत्राच्या व्याख्या अनेक संशोधकांनी केल्या आहेत. त्यांपैकी काही प्रमुख व्याख्या पुढीलप्रमाणे आहेत–

१. पी. व्ही. यंग यांच्या मते, 'अनुसूची ही एक प्रश्नांची यादी असून ती व्यक्तिगत मुलाखती घेतल्यानंतर भरली जाते.'

२. वेबस्टर यांच्या मते, 'अनुसूची म्हणजे प्रश्नांची औपचारिक अथवा विशिष्ट विषयाची अनुक्रमानुसार बनविलेली यादी किंवा सूची होय.'

३. गुडे आणि हॅट यांच्या मते, 'अनुसूची ही एकप्रकारे प्रश्नावली असून ती मुलाखत घेणारा संशोधक उत्तरदात्यांना प्रश्न विचारून इतर व्यक्तींसमोर भरण्याचे कार्य करतो.'

४. बोगार्ड्स यांच्या मते, 'अनुसूची म्हणजे संक्षिप्त प्रश्नांची यादी असून ती संशोधक स्वतःजवळ ठेवतो आणि जसजशी माहिती मिळते तसतशी ती भरीत जातो.'

अनुसूचीची वैशिष्ट्ये (Characteristics of Schedule)

वरील व्याख्यांवरून अनुसूचीची पुढील वैशिष्ट्ये स्पष्ट होतात–

१. मर्यादित क्षेत्रातील तथ्यसंकलनासाठी अनुसूचीचा उपयोग केला जातो.

२. अनुसूची ही औपचारिक स्वरूपाच्या प्रश्नांची लेखी यादी असते.

३. तथ्यसंकलनासाठी अनुसूचीचा उपयोग करताना संशोधक उत्तरदात्यांशी स्वतः

संपर्क साधतो, त्यांना प्रश्न विचारतो आणि तत्परतेने उत्तरांची लेखी स्वरूपात नोंद करतो.

४. केवळ आवश्यक तथ्यसंकलनासाठीच अनुसूचीचा उपयोग केला जातो.

५. प्रश्नावली, मुलाखत आणि निरीक्षण या सर्व संशोधनतंत्रांची वैशिष्ट्ये अनुसूची तंत्रामध्ये दिसून येतात.

६. अनुसूची आकर्षक स्वरूपात असण्याची आवश्यकता नसते.

अनुसूचीचे प्रकार (Types of Schedule)

अनुसूची हे तथ्यसंकलनाचे एक प्रभावी तंत्र आहे. संशोधनविषयानुसार अनुसूचीचे स्वरूप बदलते. संशोधक पी. व्ही. यंग यांच्या मतानुसार अनुसूचीचे प्रकार पुढीलप्रमाणे आहेत–

१. **वर्गीकरण अनुसूची (Rating Schedule) :** सामाजिक संशोधनात आणि अर्थशास्त्रीय संशोधनात समस्यांविषयी जनसामान्यांच्या प्रतिक्रिया, प्राधान्यक्रम, मते, भावना इत्यादी बाबी जाणून घेण्यासाठी या अनुसूचीचा उपयोग केला जातो. वर्गीकरण अनुसूचीद्वारे वरील सर्व मानसिक पैलूंचे मूल्यमापन करणे सुलभ जाते.

२. **लेखी दस्तऐवजांच्या आधारे केलेली अनुसूची (Documented Schedule) :** लेखी पुराव्यांवरून तसेच कागदपत्रांवरून म्हणजेच डायरी, चरित्रे इत्यादींवरून तथ्य संकलन करण्यासाठी ही अनुसूची तयार केली जाते. अध्ययनविषयाशी संबंधी जी माहिती लेखी कागदपत्रात वारंवार आढळून येते आणि जी सामान्यपणे प्रातिनिधिक स्वरूपाची असते अशीच माहिती या अनुसूचीत लिहिण्यात येते. उदा. या अनुसूचीद्वारे गुन्हेगारी क्षेत्रातील अध्ययन करावयाचे असल्यास तथ्यसंकलनासाठी संशोधक त्यासंबंधित लेखी कागदपत्रांचा आधार घेतो. गुन्ह्याचा प्रकार, त्या गुन्ह्यासाठी कारणीभूत असणारी घटना, पूर्वी केलेले गुन्हे इत्यादी माहिती मिळविण्यात येते. याशिवाय संशोधकाला त्याची वैयक्तिक माहितीपण गोळा करावी लागते. त्यात त्याने शालेय जीवनात केलेल्या गुन्ह्यांचा, रोजगारात असताना केलेल्या गुन्ह्यांचा अभ्यास केला जातो. त्यांच्या आर्थिक व सामाजिक प्रतिष्ठेची माहितीसुद्धा त्याला मिळवावी लागते. अशा प्रकारची सर्व माहिती कागदपत्रांवरूनच प्राप्त होत असते, म्हणून अशा प्रकारच्या अध्ययनात या अनुसूचीचा अवलंब केला जातो.

३. **मूल्यांकन अनुसूची (Evaluation Schedule) :** जेव्हा एखाद्या घटनेचे, संस्थेचे, समूहाचे, गटाचे मूल्यांकन करणे हा सामाजिक संशोधनाचा विशेषत:

अर्थशास्त्रीय संशोधनाचा उद्देश असतो तेव्हा त्या संशोधनात मूल्यांकन अनुसूचीचा उपयोग केला जातो. अध्ययन विषयाच्या आवश्यकतेनुसार या अनुसूचीचा आकार मोठा किंवा लहान केला जातो. मूल्यांकन अनुसूचीद्वारे संकलित होणाऱ्या तथ्यांच्या आधारे मूल्यांकन करणे सुलभ जाते.

४. **निरीक्षण अनुसूची (Observation Schedule)** : अध्ययनक्षेत्रात जाऊन त्या क्षेत्रातील शक्तींचे आणि समूहांचे निरीक्षण करण्यासाठी संशोधक या अनुसूचीचा उपयोग करतो. संकलित तथ्यांचे व माहितीचे परीक्षण करण्यासाठी ही अनुसूची उपयुक्त ठरते. निरीक्षण केल्यानंतर ही अनुसूची संशोधक स्वतः भरत असतो.

५. **मुलाखत अनुसूची (Interview Schedule) :** मुलाखत अनुसूचीत संशोधक व संशोधनाचे एकक (Unit) यांच्यात प्रत्यक्ष संबंध प्रस्थापित होतो. पूर्वनियोजित प्रश्नावलीनुसार संशोधक प्रश्न विचारीत जातो आणि त्यांची उत्तरे अनुसूचीतील रिकाम्या जागी व सारण्यांमध्ये भरली जातात. मुख्यत्वेकरून साहाय्यक व पूरक स्वरूपाची तथ्ये व माहिती संकलित करण्यासाठी या अनुसूचीचा उपयोग होतो. संकलित तथ्यांची व माहितीची सत्यता पडताळण्यासाठी ही सूची उपयुक्त ठरते.

६. **संस्थात्मक सर्वेक्षण अनुसूची (Institutional Survey Schedule) :** एखाद्या संस्थेचे स्वरूप, समस्या, कार्य इत्यादी बाबींसंबंधी तथ्ये व माहिती संकलित करण्यासाठी या अनुसूचीचा उपयोग केला जातो. उदा. भारतीय खाद्य निगम, विपणनसंस्था, कुटुंबसंस्था, विवाहसंस्था, शिक्षणसंस्था इत्यादींची माहिती संकलित करण्यासाठी ही अनुसूची उपयुक्त ठरते.

सामाजिक तथ्य संकलित करण्याच्या उद्देशानुसार लुण्डबर्ग यांनी अनुसूचीचे पुढील प्रकार पाडले आहेत –

१) वैयक्तिक तथ्ये लेखनबद्ध करणाऱ्या अनुसूची

२) दृष्टिकोन व मते दर्शविणाऱ्या अनुसूची

३) सामाजिक संघटना व सामाजिक संस्था यांची स्थिती व कार्ये यांचे मापन करणाऱ्या अनुसूची.

अनुसूचीनिर्मितीची प्रक्रिया (Process of Preparing Schedule)

प्रश्नांची लेखी सूची म्हणजे अनुसूची होय. सामाजिक संशोधन करताना तथ्य संकलन करणे ही एक अत्यंत महत्त्वपूर्ण व अपरिहार्य अशी प्रक्रिया आहे. प्रत्येक संशोधकाला ती करावीच लागते. तथ्यसंकलन करताना निरनिराळ्या साधनांचा व

तंत्रांचा त्याला अवलंब करावा लागतो. त्या साधनांपैकीच अनुसूची हे एक साधन आहे. प्रत्येक संशोधकाला अनुसूची तयार करावी लागते. अनुसूची तयार करणे हे कार्य सोपे नाही. संशोधनविषयाचा सखोल व पुरेसा विचार करून अत्यंत काळजीपर्वूक ती तयार करावी लागते. अनुसूची तयार करण्याची एक प्रक्रिया आहे. या प्रक्रियेला निरनिराळ्या पायऱ्यांवरून जावे लागते. अनुसूची निर्मितीप्रक्रियेच्या पुढील पाच पायऱ्या आहेत–

अनुसूचीच्या पायऱ्या (Steps in Framing a Schedule)

१) संशोधनविषयाच्या विविध पैलूंचे अध्ययन
२) आवश्यक तथ्यांचे संकलन
३) प्रश्नांची निर्मिती
४) प्रश्नांची मांडणी
५) अनुसूचीच्या उपयुक्ततेची पडताळणी

३.४ द्वितीय/ दुय्यम सामग्रीचे स्रोत (Secondary Data Sources)

जेव्हा एखादी व्यक्ती इतरांनी संकलित केलेली माहिती किंवा उपलब्ध असलेली माहिती किंवा सामग्री अथवा शोधनिबंध या स्वरूपात असलेली माहिती वापरते तेव्हा त्या माहितीला द्वितीय किंवा दुय्यम सामग्री असे म्हणतात. दुय्यम स्रोतातून मिळविलेली माहिती दुसऱ्या कोणीतरी आधीच माहिती घेऊन संकलित केलेली असते. ही माहिती अप्रकाशित असली तरी लिखित स्वरूपाची असावी लागते. निरनिराळी वाचनालये, शासकीय माहिती संग्रहित करणारी ग्रंथालये, शासकीय कार्यालयांमधून उपलब्ध होणारी माहिती, निरनिराळ्या खात्यांचे प्रसिद्ध होणारे अहवाल, जर्नल्स, त्यात प्रकाशित झालेले अभ्यासकांचे लेख, त्यात वापरलेली आकडेवारी व माहिती जेव्हा अभ्यासक वापरतो तेव्हा ही माहिती दुय्यम स्रोतातून मिळालेली आहे असे म्हणतात.

ज्या प्रश्नांच्या संदर्भात सांख्यिकीचा अभ्यास करावयाचा असतो. त्या संदर्भातील माहिती अभ्यासक स्वत: किंवा प्रतिनिधींमार्फत संग्रहित न करता, ती माहिती त्यांच्यापूर्वी कोणीतरी संग्रहित केलेली असते. अशी इतराने संग्रहित केलेली माहिती संशोधक जेव्हा आपल्या अभ्यासासाठी उपयोगात आणतो तेव्हा त्यास 'द्वितीय सामग्री' असे म्हणतात. तसेच काही प्रश्न असेही असतात की, ज्याच्या संबंधातील माहिती प्राथमिक चौकशीच्या मदतीने संकलित करता येत नाही अथवा ते व्यवहार्य ठरत नाही; उदा. भारतातील व अमेरिकेतील कामगारांच्या राहणीमानाचा अभ्यास करण्यासाठी अमेरिकेतील माहितीचा आधार घ्यावा लागतो. विविध प्रश्नांची माहिती मोठ्या

प्रमाणात प्रकाशित झालेली असते; तेव्हा अशा प्रकाशित माहितीचा उपयोग अनेकवेळा करता येतो, अशी माहिती मिळविण्याचे दोन मार्ग असतात–

१) प्रकाशित साधने २) अप्रकाशित साधने

१) प्रकाशित साधने

अ) कार्यालयीन अहवाल किंवा प्रकाशने

- आंतरराष्ट्रीय संघटना – उदा. जागतिक बँक, आंतरराष्ट्रीय नाणेनिधी इत्यादी.
- मध्यवर्ती व राज्य सरकारची प्रकाशने – उदा. दांडेकर समिती, पाटील कमिटी, नरसिंहम् कमिटीचे अहवाल, इत्यादी.

ब) निमसरकारी कार्यालय – उदा. जिल्हा परिषद, नगरपालिका, महानगरपालिका, महाविद्यालय इत्यादी.

क) खाजगी प्रकाशने

- व्यापारी बँका, सहकारी बँका, नागरी बँका इत्यादी.
- कॉमर्स कॅपिटल योजना, इंडियन फायनान्स, इंडियन इकॉनॉमिक्स इत्यादी.
- विविध कंपन्यांचे अहवाल.
- संशोधन संस्थांचे अहवाल – गोखले इन्स्टिट्यूट ऑफ पॉलिटिक्स ॲन्ड इकॉनॉमिक्स इत्यादी.

यातील काही प्रकाशने नियमित असतात, तर काही मासिके, वार्षिक, पाक्षिक स्वरूपाची असतात. काही माहिती अनेकदा अप्रकाशितसुद्धा असते. तिचासुद्धा उपयोग करता येतो. (तक्ता ३.१ मध्ये द्वितीय माहिती स्रोताची माहिती पहावी.)

द्वितीय माहितीचे गुण किंवा दोष

गुण (फायदे)

१. द्वितीय पद्धतीने माहिती संग्रहणाचा खर्च कमी असतो. यात फॉर्म्स छापून घेण्याची अथवा माहिती संग्रहणासाठी प्रतिनिधीच्या नेमणुकीचा, त्याच्या मानधनाचा, प्रवासाच्या खर्चाचा प्रश्न नसतो.

२. या पद्धतीने माहिती त्वरित संग्रहित करता येते कारण प्रत्यक्ष माहिती संग्रहणासाठी ३–४ महिन्यांचा काळ लागतो तर द्वितीय माहितीची आकडेवारी काही दिवसांत जमा करता येते.

३. द्वितीय पद्धतीने अशा माहितीचे संग्रहण करता येते जी माहिती प्राथमिक चौकशीद्वारे करता येत नाही. उदा. देशातील जनगणनेचे काम कोणतीही व्यक्ती किंवा संस्था करू शकत नाही किंवा देशातील लोकांच्या राहणीमानाची

तुलना अमेरिका, जपान इत्यादी देशांशी करावयाची असेल, तर ती माहिती मिळविणे अशक्य असते. अशा परिस्थितीत द्वितीय आकडेवारीवरच अवलंबून राहावे लागते.

दोष (मर्यादा)

१. द्वितीय माहिती संशोधकाच्या हेतूची पूर्तता करते काय?

२. द्वितीय माहिती ही खरी असते काय? असेल तर तिची चाचणी कशी करावी?

३. द्वितीय माहितीतील एकक व प्रचलित एकक जुळणारे नसतील तर तिचा उपयोग करता येत नाही.

प्रश्न

प्र. १ खालील प्रश्नांची एका वाक्यात उत्तरे लिहा.

१) माहिती संकलनाचा अर्थ सांगा.

२) प्राथमिक स्तोत्र म्हणजे काय?

३) वित्तीय अथवा दुय्यम म्हणजे काय?

४) प्रथम स्त्रोताची दोन साधने सांगा.

प्र. २ खालील प्रश्नांची थोडक्यात उत्तरे लिहा.

१) माहिती संकलनाचा अर्थ सांगा.

२) प्राथमिक स्त्रोत म्हणजे काय?

३) दुय्यम स्त्रोत म्हणजे काय?

प्र. ३ खालील प्रश्नांची २०० शब्दात उत्तरे लिहा.

१) माहिती संकलन म्हणजे काय? ते सांगून त्याचा अर्थ सविस्तरपणे विशद करा.

२) प्राथमिक माहिती आणि दुय्यम माहिती स्तोत्र स्पष्ट करा.

प्र. ४ खालील प्रश्नांची २५० ते ३०० शब्दात उत्तरे लिहा.

१) माहिती संकलनाविषयी सविस्तर चर्चा करा.

२) प्राथमिक माहिती आणि दुय्यम माहिती विशद करा.

सत्र – ४

प्रकरण - १

माहितीचे विश्लेषण

(Data Analysis)

१.१ प्रास्ताविक

१.२ माहिती अथवा तथ्यांचे विश्लेषण - अर्थ आणि व्याख्या

१.२.१ माहिती अथवा तथ्य विश्लेषणाचे स्वरूप

१.२.२ माहिती अथवा तथ्य विश्लेषणाचे महत्त्व

१.३ वर्गीकरण

१.३.१ सारणीकरण अथवा कोष्टक

१.३.२ आलेख

१.१ प्रास्ताविक (Introduction) :

'एखाद्या संमिश्र व गुंतागुंतीच्या घटनेचे स्पष्टीकरण करताना अत्यंत तार्किक पद्धतीने त्यात समाविष्ट असलेले निरनिराळे घटक अलग करून सांगणे म्हणजे माहितीचे अथवा तथ्यांचे विश्लेषण करणे होय.'

घटक अलग करून सांगणे म्हणजे माहितीचे अथवा तथ्यांचे विश्लेषण करणे होय. निरीक्षण, मुलाखत, प्रश्नावली अथवा अन्य पद्धतीने माहिती संकलित केल्यानंतर त्या तथ्यांचे प्रक्रियन करावे लागते. अपरिपक्व माहितीला विश्लेषणात्मक बनविण्याची प्रक्रिया म्हणजे 'तथ्यप्रक्रियन' होय. त्यातून तथ्यांचे विश्लेषण व निर्वचन करावे लागते. विश्लेषण निर्वचनाच्या आधारावर नियमांचे स्पष्टीकरण किंवा मांडणी करावी लागते. तथ्ये कच्च्या स्वरूपात अर्थहीन असतात परंतु विश्लेषणानंतर त्याला वेगळा अर्थ प्राप्त होतो. जसे दगडाच्या साहाय्याने घर तयार होते, त्याप्रमाणे तथ्यामुळे विज्ञान उभे राहाते. ज्याप्रमाणे दगडांचा ढीग म्हणजे घर नव्हे, त्याप्रमाणे केवळ तथ्य संकलन म्हणजे विज्ञान नव्हे.

संशोधनात संकलित माहितीचे विश्लेषण करताना संख्याशास्त्रीय साधनांचा

वापर करावा लागतो. त्यात मुख्यत: संकलित केलेल्या माहितीवर प्रक्रिया करताना ते संपादन करणे, वर्गीकरण करणे आणि सारणीकरण करणे यांचा त्यात समावेश होतो.

१.२ माहिती अथवा तथ्यांचे विश्लेषण : अर्थ आणि व्याख्या (Meaning & Definition of Data Analysis) :

माहिती अथवा तथ्यांचे विश्लेषण अर्थ : माहितीची अथवा तथ्यांची उपलब्धता म्हणजे शास्त्रीय संशोधनाची सांगता नसते, तर ही अशी महत्त्वपूर्ण अवस्था असते की, अभ्यासकाने क्षणभर थांबून या सर्व माहितीत एक शिस्तबद्ध व्यवस्था निर्माण केली पाहिजे. याच प्रक्रियेला माहितीचे अथवा तथ्यांचे विश्लेषण असे म्हणतात.

माहितीचे विश्लेषण हे काल्पनिक, व्यक्तिसापेक्ष अथवा मर्यादित स्वरूपाचे असता कामा नये; पण हे व्यक्तिनिरपेक्ष तार्किक आणि काही मूलभूत गुणांवर अवलंबून असले पाहिजे. एखाद्या संमिश्र आणि गुंतागुंतीच्या घटनेचे स्पष्टीकरण करताना अत्यंत तार्किक पद्धतीने त्यात समाविष्ट असलेले निरनिराळे घटक अलग करून सांगणे म्हणजे माहितीचे अथवा तथ्याचे विश्लेषण होय.

माहितीचे अथवा तथ्यांच्या विश्लेषणाच्या व्याख्या पुढीलप्रमाणे देता येतील-

१. ज्युलस हेन्री पोईनकेर म्हणतात, 'ज्या प्रमाणे दगडांच्या साहाय्याने घर तयार होते, त्याप्रमाणे तथ्यांमुळे विज्ञान उभे राहाते. पण केवळ दगडांचा ढीग म्हणजे ज्याप्रमाणे घर नव्हे, त्याप्रमाणे केवळ तथ्यसंकलन म्हणजे विज्ञान नव्हे.'

२. वुल्फ म्हणतात, 'निसर्गातील घटनांमध्ये जरी गुंतागुंत असली व सकृद्दर्शनी त्यांची स्थिती गोंधळून टाकणारी असली, तरी त्यामध्ये व्यवस्थितपणा अगर अनुक्रम आणणे हे केवळ विश्लेषणाच्या व संयोगाच्या प्रक्रियेने शक्य होते. सर्व वैज्ञानिकपद्धतीचा हाच पाया आहे.'

३. गुड व हॅट म्हणतात, 'तथ्ये साधी नसतात. संपूर्ण संशोधनाच्या मार्गात अडचणी तथ्यामुळेच निर्माण होतात.'

४. एम. जे. मोरोनी म्हणतात, 'संपूर्ण अभ्यासविषयासंबंधी अचूक माहिती न मिळविता गणिताचा अचूकपणा हा विषयाचा भ्रम निर्माण करतो. ही स्थिती इतकी घातक असते की, त्यामुळे कोणताही अभ्यास पंगू बनण्याची शक्यता असते.'

१.२.१ माहिती अथवा तथ्य विश्लेषणाचे स्वरूप (Nature of Data Analysis) :

सदर प्रकरणात माहिती अथवा तथ्य हे दोन्ही समान अर्थाचे शब्द आहेत

वाचकांनी आपल्या आवडीचा शब्द घेतला तरी चालतो. येथून पुढे तथ्य अथवा माहिती असा शब्द प्रयोग केलेला आहे. वाचकांनी तो समजून घ्यावा.

माहिती अथवा तथ्यविश्लेषणाचे स्वरूप खालील मुद्यांन्वये स्पष्ट करता येईल–

१. तथ्याविषयीची परिपूर्ण माहिती

तथ्यांचे विश्लेषण करीत असताना हे विश्लेषण अधिक शास्त्रीय म्हणजेच वस्तुनिष्ठ व सुव्यवस्थित होण्याची गरज असते, कारण नुसतेच पुरावे व आकडे हे बोलके असू शकत नाहीत. त्यांची ऐतिहासिक व सांस्कृतिक पार्श्वभूमी लक्षात घेणे अगदी आवश्यक असते. ऐतिहासिक व सांस्कृतिक पार्श्वभूमी लक्षात न घेता केवळ आकडे व पुरावे यावरून जर काही सिद्धान्त मांडले गेलेच तर ते अवास्तव व विकृत ठरण्याची शक्यता असते. तेव्हा तथ्यांची परिपूर्ण माहिती मिळविताना त्यांची सांस्कृतिक व ऐतिहासिक पार्श्वभूमी लक्षात घेतली पाहिजे.

२. अभ्यासकाची भूमिका विरोधकाची हवी

तथ्याविषयीची परिपूर्ण माहिती संकलित करणे हे सुव्यवस्थित विश्लेषणासाठी आवश्यक आहे. अभ्यासविषयाच्या सर्व बाजूंची व त्यातील विविध पैलूंची माहिती अभ्यासकाने घेतली पाहिजे. त्याने जमवलेल्या माहितीतील उणिवा नेमक्या कोणत्या आहेत हे त्याने डोळ्यांत तेल घालून पाहिले पाहिजे. त्याने जमविलेल्या माहितीचे परीक्षण टीकात्मक पद्धतीनेच केले पाहिजे, कारण त्यामुळेच संकलित माहितीच्या मर्यादा स्पष्ट होणाऱ्या असतात. साहजिकच सिद्धान्त मांडताना होणाऱ्या संभाव्य चुका टाळणे शक्य होते.

तथ्यविश्लेषणाची आवश्यकता :

वैज्ञानिक संशोधनाची प्रक्रिया केवळ तथ्य संकलन, त्यांचे वर्गीकरण व सारणीयन एवढ्यानेच संपत नाही, तर त्या तथ्यांचे उचित विश्लेषण व निर्वचन करावे लागते व विश्लेषण निर्वचनाच्या आधारावर नियमांचे प्रतिपादन करावे लागते. म्हणून सामाजिक संशोधनात तथ्यांचे विश्लेषण व निर्वचन यांना स्वतःचे महत्त्व आहे, त्याकडे दुर्लक्ष करता येत नाही.

आवश्यक पूर्वतयारी : सामग्रीच्या विश्लेषण व निर्वचनासाठी आवश्यक पूर्वतयारी खालील मुद्यांना अनुसरून करावी लागते.

१. **तथ्यांचे संपादन** : तथ्यांचे संपादन म्हणजे मिळालेल्या किंवा गोळा केलेल्या सर्व तथ्यांचे परीक्षण करून त्यात काही चुका अथवा उणिवा नाहीत याची

खात्री करून घेणे, उणिवा असल्यास त्या दूर कराव्या. संपादनात तथ्यांचा क्रम लावणे, उत्तरांची परीक्षा करणे, अनावश्यक तथ्यांना वगळणे या तीन गोष्टी येतात.

२. **द्वितीयक तथ्यांचे परीक्षण** : तथ्ये तपासण्याचे तीन आधार आहेत – (१) मिळालेल्या आकड्यांची विश्वसनीयता पारखणे. (२) संकलित केलेली तथ्ये अध्ययनविषयाला अनुकूल आहेत अथवा नाही हे पाहणे. (३) तथ्यांची संख्या विषयाच्या दृष्टीने पर्याप्त आहे हे निर्धारित करणे.

३. **तथ्यांचे वर्गीकरण** : नंतर संकलित केलेल्या तथ्यांचे समानता, भिन्नता किंवा अन्य कोणत्याही आधारावर निश्चित श्रेणीत वर्गीकरण करणे. वर्गीकरणामुळे तथ्यांचे गट पाडून त्यांना संक्षिप्त, मर्यादित व स्पष्ट रूप प्रदान केले जाते. यामुळे तुलनात्मक अध्ययन करणे सोपे जाते.

४. **संकेतन** : तथ्यांचे वर्गीकरण केल्यानंतर संख्यात्मक विवेचन करता यावे म्हणून त्यातील उत्तरांचे संकेतन करावे लागते. संकेतन याचा अर्थ मोठमोठ्या उत्तरांना विवक्षित संकेत अथवा प्रतीक देणे. यामुळे विश्लेषणाचे व निर्वचनाचे कार्य सोपे होते.

५. **तथ्यांचे सारणीयन** : सारणीयन म्हणजे तथ्यांचे विभिन्न स्तंभ करून त्यात विवक्षित क्रम ठरविणे. या प्रत्येक स्तंभाला विवक्षित शीर्षक किंवा उपशीर्षक असते. त्यामुळे तथ्यांच्या अभ्यासाच्या दृष्टीने मांडणी करता येते. सारणीमुळे तथ्यांचे गुणविशेष माहीत पडतात. जमवलेल्या विपुल तथ्यांचे संक्षिप्तीकरण करता येते व त्यावरून तुलनात्मक अध्ययन करता येते.

१.२.२ माहिती अथवा तथ्य विश्लेषणाचे महत्त्व (Importance of Data Analysis) :

सामाजिक संशोधनात आणि विशेषतः अर्थशास्त्रीय संशोधनात अध्ययनाबरोबरच तथ्यविश्लेषणावर भर दिला जातो. संशोधनाची उद्दिष्टे सिद्ध करताना संशोधकांना माहितीचा पुरावा द्यावा लागतो. म्हणून माहितीसंकलनाचे संशोधनातील महत्त्व पुढील मुद्यांआधारे स्पष्ट करता येईल–

१. **घटनेचे विश्लेषण** : संशोधनातील घटना भूतकालीन असो किंवा वर्तमानकालीन असो, त्या अनुषंगाने माहिती एकत्र करणे, त्याचे विश्लेषण करणे त्यात घटना आणि घटक यांचे कार्यकारण संबंध शोधणे हे महत्त्वाचे असते.

२. **तौलनिक अभ्यास** : सामाजिक संशोधन विशेषतः अर्थशास्त्रीय संशोधनात तौलनिक अध्ययनपद्धती अवलंबली जाते. आजच्या आर्थिक समस्येचे स्वरूप समजावून घेताना ऐतिहासिक पार्श्वभूमी विचारात घ्यावी लागते.

३. **निष्कर्षाची विश्वसनीयता** : सामाजिक शास्त्रसंशोधनात किंवा अर्थशास्त्रीय संशोधनात तथ्यसंकलनात व तथ्य विश्लेषणात मांडलेले निष्कर्ष वस्तुनिष्ठ असावे लागतात. सामाजिकशास्त्रातील निष्कर्ष देश, काळ, परिस्थितीनुसार बदलणारे असतात. तथापि, वस्तुनिष्ठतेच्या किंवा बुद्धिनिष्ठतेच्या शास्त्रीय मूल्यांवर आधारलेले निष्कर्ष अधिक महत्त्वाचे ठरतात. संशोधनअध्ययनात प्राथमिक स्वरूपाच्या माहिती आधारे काढलेले निष्कर्ष जास्त ग्राह्य मानले जातात.

४. **सिद्धान्ताचे/निष्कर्षाचे पुनर्मूल्यांकन** : सामाजिक शास्त्र आणि विशेषतः अर्थशास्त्र विषयातील समस्या व्यक्तीच्या वर्तणुकीशी निगडित असतात. संशोधकाने एखाद्या समस्येच्या संदर्भात जे निष्कर्ष मांडले त्याचे काळानुसार पुनर्मूल्यांकन करणे अन्य संशोधकांना भाग पडते. कदाचित आजच्या घटना संदर्भात कालचे सिद्धान्त बदलावे लागण्याची शक्यता आहे.

तथ्यांचे विश्लेषण :

सारणीबद्ध झालेल्या तथ्यातील अंगभूत असणारे सत्य आणि अर्थ शोधून काढण्याच्या दृष्टीने अभ्यास करण्याला 'तथ्यांचे विश्लेषण' असे म्हणतात. यामध्ये गुंतागुंतीच्या घटकांचे सुलभ भागांमध्ये रूपांतर केले जाते. तसेच या सर्व भागांची नवीन पद्धतीने रचना केली जाते. त्यामुळे तथ्यांचे निर्वचन करणे सुलभ जाते. प्राथमिक स्रोतांद्वारे माहितीचे संकलन होत जाते तसतसा त्यांच्या विश्लेषणाचा आराखडा विकसित केला पाहिजे. त्यामुळे तथ्यांचे विश्लेषण अद्ययावत होते. या संपूर्ण प्रक्रियेतील संशोधकाचे विचार लवचीक आणि खुले असणे आवश्यक आहे. तथ्यामध्ये असणाऱ्या कोणत्याच साम्याकडे, फरकाकडे, प्रवृत्तीकडे आणि वैशिष्ट्यपूर्ण घटकांकडे दुर्लक्ष होत नाही याची खात्री केली जाते. तथ्यांचे व्यापक आाधारावर असणारे विभाजन लहान लहान आधारावर किंवा मध्यामध्ये करणे आवश्यक असते. त्यासाठी त्या तथ्यात नवीन जुळवणीच्या आधारे पुनर्रचना करावी लागते. त्यामुळे नवीन घटकांचा आणि घटकातील नवीन संबंधाचा शोध लागतो. शक्य असेल तर दृष्टिकोनातून तथ्यांचा अभ्यास करून नवीन तथ्ये शोधून काढली जातात. तथ्यांच्या विश्लेषणाची योजना तयार केली नसेल तर पुढील पद्धतीने तथ्यांचे विश्लेषण करणे उपयुक्त ठरते-

१) तथ्यांचे आधारे महत्त्वपूर्ण सारणी निश्चित कराव्यात.

२) समस्यांचे / विधानाचे काळजीपूर्वक परीक्षण करावे. तसेच पूर्वीचे विश्लेषण आणि तथ्यांशी संबंधित मूळ कागदपत्रांचे अध्ययन करावे.

३) तथ्यांपासून दूर होण्यासाठी आणि सामान्य जनतेच्या दृष्टिकोनातून समस्येचा अभ्यास करण्यासाठी त्याबाबत निरनिराळ्या परंतु संबंधित असणाऱ्या व्यक्तींशी विचार विनिमय करावा.

४) निरनिराळ्या सुलभ सांख्यिकीय गणनेसाठी तथ्यांचा उपयोग करावा.

तथ्यविश्लेषणाची प्रक्रिया :

तथ्यांचे विश्लेषण व निर्वाचन करण्याची एक क्रमबद्ध प्रक्रिया आहे. तत्पूर्वी काही आवश्यक तयारी लागते. या तयारीत तथ्यांचे संपादन, द्वितीयक तथ्यांचे परीक्षण, तथ्यांचे वर्गीकरण व सारणीयन इत्यादी गोष्टींचा समावेश होतो. त्यानंतर विश्लेषण निर्वचनाची प्रक्रिया सुरू होते. ती पुढीलप्रमाणे आहे.

१. **तथ्यांचा तोल अथवा भार** : तथ्यांचा तोल अथवा भार ठरविणे म्हणजे त्याचे पुनर्परीक्षण करणे होय. हे पुनर्परीक्षण करताना ती तथ्ये वस्तुनिष्ठ तथ्यावर अवलंबून असतात. दुसरी गोष्ट, संकलित केलेली तथ्ये ही ज्या समूहाच्या बाबतीत असतात, त्या समूहाचे उचित प्रतिनिधित्व करतात अथवा नाही हेही पाहावे लागते.

२. **अध्ययनाची रूपरेषा तयार करणे** : विश्लेषण व निर्वचन करण्यापूर्वीच संशोधकाने आपणाला काय करावयाचे याची रूपरेषा तयार केली पाहिजे. या रूपरेषेत महत्त्वपूर्ण तथ्यांना प्राथमिकता दिली पाहिजे. कोणत्या तथ्यामुळे परिस्थितीचे ज्ञान होते, तथ्यापैकी समान व विषम तथ्ये कोणती, त्यातून कोणत्या सामाजिक प्रक्रिया व्यक्त होतात, कोणता अनुक्रम व्यक्त होतो, कोणती कार्यकारणे दिसून येतात, कोणत्या नव्या संकल्पना तयार कराव्या, या सर्व गोष्टींचा विचार करून ही रूपरेषा तयार करावी लागते.

३. **तथ्यांचे वर्गीकरण** : रूपरेषा तयार केल्यानंतर त्या रूपरेषेनुसार तथ्यांचे सुव्यवस्थित वर्गीकरण करावे. तथ्यांच्या वर्गीकरणाबरोबर जे कारक एखाद्या घटकावर प्रभाव निर्माण करतात त्याचेही वर्गीकरण करावे. तथ्यांचे वर्गीकरण केल्यानंतर त्याची सारणी करून त्यात आढळून येणाऱ्या समानता, विषमता व त्याचे पारस्परिक संबंध यांचे ज्ञान करून घेतले पाहिजे.

४. **संकल्पनांची निर्मिती :** वर्गीकरणाचे काम पूर्ण होताच संकल्पना निर्मितीचे काम सुरू होते. कारण संपूर्ण परिस्थिती संकल्पनात्मक भाषेतच व्यक्त करावी लागते. संकल्पनात्मक भाषेच्या उपयोगामुळे संपूर्ण परिस्थिती किंवा प्रक्रिया अगदी मोजक्या शब्दांत व्यक्त करतात.

५. **तुलना आणि निर्वचन :** संकल्पना निर्मितीचे काम झाल्यानंतर तथ्यांची काही सामान्य प्रतिमाने स्पष्ट होतात; पण या प्रतिमानाची तुलना करणे संभवनीय ठरते. अशा तुलनात्मक विश्लेषाणामुळे वैज्ञानिक निष्कर्ष काढणे शक्य होते. अशारीतीने हे तुलनात्मक विश्लेषण निष्कर्ष काढण्यास साहाय्यक ठरते. या निष्कर्षाची सार्थकता ठरविण्याची प्रक्रिया म्हणजे निर्वचन होय.

६. **सिद्धान्त प्रतिपादन :** घटनांची वैज्ञानिक व्याख्या किंवा अर्थ स्पष्ट झाला की, त्याच्याशी संबंधित असलेल्या सिद्धान्ताचे प्रतिपादन फार काळजीपूर्वक करावे लागते. 'सिद्धान्त म्हणजे व्याख्यांच्या आधारे काढलेल्या निष्कर्षांचे संक्षिप्त रूप.' हे संक्षिप्त रूप ठरविण्याचे कार्य संशोधक आपले अनुभव वास्तविक निष्कर्षांच्या आधारावर करतो.

१.३ वर्गीकरण (Classification) :

सामग्री अर्थपूर्ण होण्यासाठी तिची व्यवस्थित मांडणी करणे आणि वेगवेगळ्या गटांत किंवा वर्गात विभागणी करणे या प्रक्रियेला सामग्रीचे वर्गीकरण (Classification of Data) असे म्हणतात किंवा वारंवारता/वर्गीकरण (Frequency Distribution) असे म्हणतात.

प्राथमिक आणि द्वितीयक अशा दोन्ही स्रोतांमधून माहिती मिळते यातूनच आपण आकडेवारी (Data) मिळवतो. ही माहिती मिळाल्यानंतर त्या माहितीचे विश्लेषण करावे लागते, तसेच सांख्यिकीचे वर्गीकरण करावे लागते.

माहिती मिळविण्यासाठी आपण प्रश्नावलीचा आधार घेतो. त्यामुळे ती माहिती प्रश्नावलीत सामावलेली असते. प्रश्नावलीचे एकत्रीकरण म्हणजे निष्कर्ष नाही, अशा संग्रहित केलेल्या माहितीवर भिन्न प्रक्रिया कराव्या लागतात. या प्रक्रियांपैकी पहिली प्रक्रिया म्हणजे संग्रहित माहितीचे वर्गीकरण व सारणीकरण होय. द्वितीय माहिती असेल तर आपल्या अभ्यासानुसार व उद्देशानुसार माहितीचे वर्गीकरण करावे लागते. वर्गीकरण आणि सारणीकरण या प्रक्रिया म्हणजे सर्व काही नाही, तर या प्रक्रिया निष्कर्ष काढण्यासाठी उपयोगी पडणाऱ्या पायऱ्या होत. तरीपण अहवाल तयार करण्यात त्यांची भूमिका महत्त्वाची असते.

वर्गीकरण म्हणजे समानगुणांच्या संख्येचे समसमान गुणांपासून वेगळे करणे होय. एका वर्गातील संख्या दुसऱ्या वर्गातील संख्येपेक्षा गुणधर्माच्या बाबतीत भिन्न असते. पोस्टातील पत्राचे विभाजन ज्या पद्धतीने केले जाते त्यालाच 'वर्गीकरण प्रक्रिया' असे म्हणतात. पत्राचे वर्गीकरण करताना राज्य, जिल्हा, तालुका, गाव, गल्ली, व्यक्ती या पद्धतीने वर्गीकरण केले जाते व त्याच्या स्वतंत्र पिशव्या केल्या

जातात. तसेच विद्यार्थी जेव्हा ग्रंथालयात जातो तेव्हा ग्रंथालयातील कर्मचारी विद्यार्थ्यांनी मागितलेले पुस्तक कपाटातून लगेच काढून देतो हे कसे शक्य असते, याचा अर्थ ग्रंथपाल ग्रंथालयातील पुस्तकांचे वर्गीकरण विषयवार, लेखकानुसार लेखन प्रकारानुसार करतो व त्यानुसार पुस्तकांची मांडणी करतो. त्यामुळे कोणतेही पुस्तक त्याला त्वरित सापडते. याउलट, सर्व पुस्तके एकाच ठिकाणी ढीग करून ठेवली, तर त्यातील पाहिजे ते पुस्तक मिळत नाही. तशाच प्रकारे, संग्रहित माहितीचे फॉर्म्स जमा करून ठेवले तर त्याला कसलाच अर्थ नाही. म्हणून संग्रहित माहितीला अर्थपूर्ण करण्यासाठी त्यातील संबंध जोडण्यासाठी माहितीचे 'वर्गीकरण' महत्त्वाचे ठरते. संग्रहित माहितीची थोडक्यात केलेली मांडणी म्हणजे 'वर्गीकरण' होय.

संकलित केलेली माहिती विविध प्रकारची असते. तशीच ती प्रचंड विस्कळीत, गुंतागुंतीची व विखुरलेली असते. अशा विस्कळीत व विखुरलेल्या तथ्यांच्या/माहितीच्या आधारावर विश्लेषण करणे व अर्थ काढणे शक्य होत नाही. म्हणून संकलित केलेल्या तथ्यांना समानता-विषमता अथवा अन्य कोणत्यातरी आधारावर वर्गीकरण करावे लागते. म्हणजेच त्यांच्या श्रेणी अथवा वर्ग पाडावे लागतात. म्हणजेच प्राप्त केलेल्या माहितीचे त्यांच्या सारखेपणाच्या अथवा वेगळेपणाच्या आधारावर काही निश्चित व मोजक्या गटात विभाजन करणे आवश्यक असते, हे कार्य वर्गीकरणाद्वारे होते. उदा. एखाद्या ग्रामीण समुदायाच्या लोकसंख्येचे वर्गीकरण करावयाचे आहे. एकूण ७०० लोकसंख्या असलेल्या गावाचे जातीनुसार वर्गीकरण करावयाचे झाल्यास क्षत्रिय ४००, इतर मागासवर्गीय १५०, ब्राह्मण २५, आदिवासी जमाती ५५, अनुसूचित जाती २० असे वर्गीकरण करता येईल. म्हणजेच वर्गीकरण ही अशी प्रक्रिया आहे की, ज्याद्वारे विशिष्ट हेतूच्या पूर्ततेसाठी वस्तूंचे अथवा घटनांचे त्यांच्यातील साम्यभेदाप्रमाणे गट पाडले जातील.

वर्गीकरण केलेल्या माहितीची नोंद पुढीलप्रमाणे केली जाईल-

२०१०-११ मधील राष्ट्रीय उत्पन्नातील हिस्सा	
क्षेत्राचे नाव	**टक्के**
प्राथमिक क्षेत्र	१४.३
द्वितीय क्षेत्र	२७.९
सेवा क्षेत्र	५७.८

वर्गीकरणाच्या व्याख्या (Definition of Classification)

१. डी.एन.एलहान्स (D.N.Elhance) यांच्या मते, 'सादृश्यता आणि समानता

यानुसार सामग्री/तथ्यांना गट किंवा वर्गात व्यवस्थित करण्याची प्रक्रिया म्हणजे वर्गीकरण होय.'

२. कोन्नोर (Connor) यांच्या मते, 'सामग्री/तथ्यांना समानता आणि जवळीकता या आधारावर गट किंवा वर्गात क्रमबद्ध करण्याची अणि व्यक्तिगत एककाच्या भिन्नतेमध्ये आढळून येणाऱ्या गुणांची एकात्मता प्रगट करण्याची वर्गीकरण ही एक प्रक्रिया आहे.'

वरील व्याख्यांवरून असे दिसून येते की, संकलित माहिती अथवा तथ्यांना समानता अथवा भिन्नता या आधारावर काही निश्चित गटांत किंवा वर्गात विभाजित करण्याची वर्गीकरण ही एक प्रक्रिया आहे. त्यामुळे माहिती अथवा तथ्ये अधिक स्पष्ट होतात. त्यांचे सारणीकरण किंवा कोष्टक करणे सुलभ जाते.

वर्गीकरणाचे उद्देश :

१) समान-असमान गुणांच्या संख्यांचा विचार करण्यासाठी लाखो संख्यांची विभागणी कमी वर्गात केली जाते.

२) तुलना करण्यासाठी वर्गीकरण उपयोगी पडते.

३) महत्त्वाच्या संख्या दृष्टिक्षेपात येण्यासाठी उपयोगी ठरते.

४) महत्त्वाच्या माहितीची नोंद घेऊन कमी महत्त्वाची माहिती गाळण्यासाठी वर्गीकरण उपयोगी पडते.

५) पुढील सांख्यिकी प्रक्रियेसाठी वर्गीकरण उपयुक्त ठरते.

वर्गीकरणाची वैशिष्ट्ये :

१) वर्गीकरण म्हणजे संकलित केलेल्या सर्व तथ्यांचे काही निश्चित गटात समानता-विषमतेच्या आधारावर विभाजन करणे होय.

२) प्रत्येक वर्ग हा एक दुसऱ्यापासून वेगळा असला पाहिजे. उदा. स्त्री-पुरुष, साक्षर-निरक्षर, ग्रामीण-शहरी हे निश्चित वर्ग आहेत.

३) वर्गीकरणात कोणत्यातरी विशिष्ट समान गुणधर्माचा आधार असावा लागतो. उदा. विद्यार्थ्यांचे वर्गीकरण वय, लिंग, वजन, उंची इत्यादी गुणधर्मांपैकी कोणत्याही एकाच आधारावर वर्गीकरण करण्यात यावे.

४) वर्गीकरणात स्थिरता असली पाहिजे.

५) वर्गीकरण हे सर्वांगीण असले पाहिजे.

६) वर्गीकरणाच्या श्रेणी या तथ्यांची संख्या, तथ्यांतील विविधता व वर्गाच्या विस्ताराला समोर ठेवूनच निश्चित केले पाहिजे.

१.३.१ सारणीकरण अथवा कोष्टक (Tabulations) :

संशोधनातील विशिष्ट समस्येच्या संदर्भात एकाच विशिष्ट प्रकारच्या माहितीचा शब्द अथवा अंकाच्या साहाय्याने एकत्रीकरण करून त्यांचे प्रश्न अथवा गटवार कोष्टक तयार करणे म्हणजे सारणीकरण होय.

प्रश्नावलीच्या आधारे अर्थशास्त्रीय संशोधनात संशोधित केलेली व प्रश्नानुसार मिळालेली आकडेवारी विशिष्ट निष्कर्ष काढण्यासाठी योग्य त्या प्रक्रिया करून तक्त्यामध्ये मांडणे याला सारणीकरण म्हणतात. सारणीकरणात उभ्या आणि आडव्या चौकटी असतात. त्यात फक्त आकडे असतात, माहिती कमी असते. तक्त्यामुळे तुलना करता येते. तक्त्यामुळे एकत्रित चित्र तयार होते. मोठ्या प्रमाणावर आकडेवारी असेल तर किंवा जास्ती संख्येने प्रश्नावली भरून घेतल्या असतील, तर संगणकाच्या मदतीने सारणीकरण केले जाते.

सारणीकरण करताना लक्षात ठेवावयाची तत्त्वे

१) प्रत्येक तक्ता स्वतंत्र असावा. बिनचूक माहिती देणारे तक्त्याचे शीर्षक असावे. संख्येचे मोजमाप निश्चित असावे. तक्त्यातील वर्गवारी कालक्रमनानुसार, भौगोलिक स्थितीनुसार किंवा मुळाक्षरानुसार असू शकते. प्रत्येक तक्त्याखाली स्रोत आवश्यक लिहावा.

२) कित्येकदा अंदाजे संख्या लिहिल्या जातात. मात्र, त्या अधिक सत्य व वास्तववादी असाव्यात.

३) तक्त्यातील कॉलम आणि रकाने गरजेपुरते व आकडेवारी स्पष्टपणे मांडण्यापुरते असावेत.

४) किमान संख्येसाठी शून्य वापरावा आणि माहिती उपलब्ध नसेल तर आडवी रेघ (–) दाखवावी.

यात दोन नियम आहेत. तक्ता करताना कोणती माहिती कशी मांडावी हे ठरवा आणि तक्त्याचा आराखडा आकडेवारी मांडण्यापूर्वी पुन्हा तपासा, काही तक्ते साधे असतात. काही विशिष्ट माहितीसाठी केले जातात. माहितीचे विश्लेषण एक वर्णनात्मक माहिती आणि संख्यात्मक माहिती असे केले जाते.

वर्णनात्मक आकडेवारी हा एक प्रकार आहे. त्यात एक घटक किंवा अनेक घटक यांची वर्गवारी असते. त्या आधारे दोन घटकांतील संबंध सांगितले जातात. याचे प्रकार दोन आहेत : (१) एकाच घटकाची माहिती असेल तर एक मोजमाप विश्लेषण म्हटले जाते. आणि (२) दोन घटकांची असेल तर द्विघटक विश्लेषण म्हटले जाते.

वर्गीकरण व सारणीकरण या दोन्ही प्रक्रिया परस्परांना पूरक आहेत. उपलब्ध माहिती उभ्या-आडव्या ओळीत म्हणजेच कोष्टकात विशिष्ट गुणधर्मानुसार मांडणे आवश्यक असते. सारणीचा उद्देश माहितीला/सामग्रीला योग्य रूप देऊन संशोधन समस्येला अधिक स्पष्ट करणे हा आहे. संकलित केलेल्या माहितीला किंवा आकड्यांना सुव्यवस्थित व सरळ स्वरूपात प्रस्तुत करणे म्हणजेच सारणीकरण होय. सारणीद्वारे माहितीच्या वर्गीकरणानंतर त्या माहितीची अशा व्यवस्थित तऱ्हेने मांडणी करता येते की, ज्यामुळे माहितीचे महत्त्व व अर्थ स्पष्ट होईल.

सांख्यिकीची माहिती वाचनीय नसते. तेव्हा ती वाचनीय व्हावी तसेच ती सामान्य माणसाला समजावी एवढेच नाही तर ती वाचकांच्या लक्षात राहावी यासाठी सांख्यिकी प्रक्रियेची गरज असते. अशाच एका प्रक्रियेपैकी सारणीयन ही एक आहे. सारणीयनचा व्यावहारिक अर्थतक्ते, रकाने किंवा टेबल होय. सारणी ही प्रक्रिया नवीन नाही. तिचा उपयोग अनेक पुस्तकातून आढळून येतो. सारणीचा प्रमुख हेतू संग्रहित केलेली माहिती थोडक्यात व अर्थपूर्ण पद्धतीने मांडणे हा असतो. थोडक्यात, ओळी आणि स्तंभात मांडणी केलेल्या सांख्यिकीय आकडेवारीला 'सारणी' म्हणतात. सारणी म्हणजे समांतर व लंबाकृती सरळ रेषांनी तयार झालेली आकृती होय. सारणीचा मुख्य हेतू म्हणजे क्लिष्ट माहिती सोपी करणे व ती तुलना करण्यासाठी सोयीची करणे होय. सारणीत संबंधित माहिती जवळजवळ असल्यामुळे तिची तुलना करणे सोयीचे होते.

वर्गीकरण आणि सारणीयन या दोन्ही सांख्यिकी प्रक्रिया आहेत; पण त्या स्वतंत्र नाहीत तर एकत्र चालणाऱ्या आहेत. कारण वर्गीकरण ही सारणीयनाच्या पूर्वीची प्रक्रिया आहे. कोणतीही आकडेवारी तक्त्यात किंवा सारणीत मांडण्यापूर्वी तिचे वर्गीकरण करावे लागते. वर्गीकरणात सारख्या गुणधर्माचे घटक एकत्र केले जातात.

सारणीकरणाची व्याख्या (Definition) :

१) एहलांस (Elhance) यांच्या मते, 'विस्तृत अर्थाने सारणीकरण माहितीची अथवा तथ्यांची स्तंभ किंवा ओळीमध्ये व्यवस्थित करण्याची व्यवस्था आहे. एकीकडे माहितीचे संकलन आणि दुसरीकडे माहितीचे अंतिम विश्लेषणामधील ही एक प्रक्रिया आहे.'

२) सेल्टिज, जहोडा, डवाइश व कुक (Seltiz, Jahode & others): यांच्या मते,'सारणीकरण अथवा माहितीच्या सांख्यिकीय विश्लेषणाच्या तांत्रिक प्रक्रियेचा एक भाग आहे. सारणीचे आवश्यक कार्य विभिन्न क्षेत्रात येणाऱ्या सामग्रीची गणना करणे अथवा दाखविणे हे आहे.'

३) सारणीकरण म्हणजे दिलेल्या माहितीची अथवा सामुग्रीची ओळी आणि स्तंभात (data) Rows and Colums मध्ये अर्थपूर्ण प्रकारे मांडणी करणे. 'Systematic Arrangement of Data in Rows and Columns.'

सामुग्रीचे सारणीकरण कसे असावे–

१) सारणीकरण समजण्यास सोपे असावे.

२) जागा आणि वेळेची बचत केलेली असावी.

३) आवश्यक माहितीची मांडणी केलेली असावी.

टेबल काढण्याचे काही नियम–

१) उदाहरणासाठी आवश्यक नसणाऱ्या सामुग्रीची गाळणी करा.

२) आवश्यकता भासल्यास काही सामुग्रीचा एक गट तयार करा.

३) टेबलामधील ओळी (Rows)आणि स्तंभ (Columns)चा आकार आपल्या पेपरच्या आकारानुसार असावा.

४) टेबलला संबंधित Heading किंवा Title असावे.

५) टेबलला दिले जाणारे Title हे त्यामधील सामुग्रीला अथवा माहितीला संबंधित असावे.

६) प्रत्येक स्तंभाला (Columns) ला शीर्षक (Heading) असावे. या शीर्षकावरून त्या स्तंभा (Columns) मधील सामुग्रीची माहिती स्पष्ट व्हायला हवी.

७) Rows ला दिलेल्या Headings ला Stubs म्हणतात.

८) तक्ता (Table) हा जास्त मोठा नसावा. त्यामुळे वाचणाऱ्याला स्पष्ट कळत नाही. उदा. दिलेल्या सामुग्रीचे सारणीकरण.

तक्ता (नमूना)

अन्नधान्याचे भारतातील उत्पन्न

वर्ष	**एकूण अन्नधान्य (मिलियन टन)**
१९७२–७३	९७.०७
१९७३–७४	१०४.६६
१९७४–७५	९९.८३
१९७५–७६	१२१.०३
१९७६–७७	१११.५७
२०१२	२५७

ज्या प्रकारे मनुष्याला विविध अंगे असतात. उदाहरणार्थ हात, पाय, नाक व डोळे वगैरे तशाच प्रकारे सारणीलासुद्धा विविध अंगे असतात.

सारणीची विविध अंगे म्हणजे – (१) सारणी क्रमांक, (२) सारणीचे शीर्षक, (३) स्तंभ शीर्षक, (४) ओळी शीर्षक, (५) शरीर, (६) संदर्भ नोंदणी.

१) सारणी क्रमांक : सारणीतील महत्त्वाचा भाग म्हणजे सारणीला क्रमांक असावा. कारण संपूर्ण अहवालात किंवा पुस्तकात अनेक तक्ते किंवा सारण्या असतात त्यामुळे कोणत्या सारणीतील माहिती वाचक वाचतो आहे, हे त्याला सहज लक्षात यावे यासाठी सारणी नंबर असणे आवश्यक असते. सारणीला देण्यात येणारे नंबर सारणी शीर्षकाच्या वरच्या बाजूला देतात तर कधी ते सारणीच्या खालच्या बाजूला मध्यभागी असतात.

२) सारणी शीर्षक : सारणीला तिच्यात मांडलेल्या माहितीला अनुसरून योग्य शीर्षक असावे. शीर्षकात प्रामुख्याने ती माहिती कशासंबंधी आहे, कोणासंबंधी आहे किंवा कोणत्या काळाची आहे याचा उल्लेख असावा.

सारणीला देण्यात येणारे शीर्षक स्पष्ट, त्रोटक व अर्थपूर्ण असावे, याचा अर्थ शीर्षक दीर्घ नसावे. कारण त्रोटक शीर्षक जेवढे वाचनीय असते तेवढे दीर्घ शीर्षक वाचले जात नाही. शीर्षकाचे विविध अर्थ असू नयेत. शीर्षकाची अक्षरे जास्त जाड किंवा मोठी असावीत.

३) स्तंभ शीर्षक : सारणीचे दोन भाग म्हणजे (१) स्तंभ (Columns)आणि (२) ओळी (Rows). स्तंभ म्हणजे दोन उभ्या किंवा लंबाकृती रेषांनी तयार झालेली आकृती होय. सारणीतील क्षितिज समांतर रेषांना ओळी म्हणतात. सारणीत अनेक स्तंभ असतात. त्यामुळे कोणत्या स्तंभात कोणती माहिती आहे हे वाचकाला सहज लक्षात यावे यासाठी स्तंभांना शीर्षक दिले पाहिजे. देण्यात येणारे शीर्षक स्तंभाच्या मध्यभागी असावे, स्तंभातील माहितीचे एकक लिहावे, स्तंभाच्या शीर्षकाचे अक्षर सारणीच्या शीर्षकाच्या अक्षरांपेक्षा लहान असावे.

४) ओळी शीर्षक : क्षितिज समांतर भिन्न रेषांना ओळी म्हणतात. एका सारणीत अनेक ओळी असतात व या ओळींवर माहिती (आकडेवारी) लिहिलेली असते. ती माहिती कशासंबंधी आहे हे लक्षात येण्यासाठी ओळींना शीर्षक असावे तसेच एककही असावे. ओळीची शीर्षके ओळीच्या डाव्या बाजूला असावीत.

५) शरीर : सारणीचे शरीर म्हणजे स्तंभ आणि ओळीत लिहिलेली आकडेवारी होय. सारणीतील हा सर्वांत महत्त्वाचा भाग आहे. त्यात लिहिली जाणारी आकडेवारी

सारणीच्या शीर्षकानुसार, स्तंभ आणि ओळीला अनुसरून असावी. संख्यांचा आकार फार मोठा किंवा फार लहान नसावा म्हणजे तो सारणीला शोभेल असा असावा.

६) संदर्भ नोंदणी : (तळटीप) सारणीला संदर्भ नोट्स देण्याची आवश्यकता असेल तर त्या अवश्य द्याव्यात. ही संदर्भ नोंदणी सारणीच्या तळाला असावी म्हणून यास 'तळटीप' असेही म्हणतात. तळटीप म्हणजे संग्रहित केलेली माहिती द्वितीय प्रकारची असेल तर ती एखाद्या ग्रंथातून, मासिकातून, नियत-कालिकातून किंवा अहवालातून घेतलेली असते. तेव्हा ती माहिती ज्यातून घेतली असेल त्याचे नाव, लेखकाचे किंवा संपादकाचे नाव व पेज नंबर इत्यादींसह लिहावी. संदर्भाची नोंद घेण्याच्या विविध पद्धती आहेत.

सारणीचे स्वरूप लक्षात येण्यासाठी खालील सारणीचा अभ्यास करा.

सारणी क्रमांक

सारणी शीर्षक

<table>
<tr><td rowspan="1">ओळी शीर्षक (एकक)</td><td colspan="2">स्तंभ शीर्षक (एकक)</td></tr>
<tr><td rowspan="2"></td><td></td><td></td></tr>
<tr><td colspan="2">← शरीर →</td></tr>
</table>

सारणीचे महत्त्व :

१) **सारणी क्लिष्ट आकडेवारी सोपी करते** : जेव्हा संग्रहित आकडेवारीचे तक्ते केले जातात तेव्हा अनावश्यक माहिती व माहितीची पुनरावृत्ती टाळता येते. आकडेवारी व्यवस्थितपणे ओळीत (Rows)आणि स्तंभात (Column) मांडता येते, त्यामुळे सारणीतून काय सांगितले ते वाचकाच्या सहज लक्षात येते. त्यातून वाचकाचा वेळ वाचतो, तसेच वाचकाला एका दृष्टिक्षेपात सर्व माहिती उपलब्ध होते.

२) **तुलना करण्यासाठी उपयुक्त** : सारणीच्या मदतीने तुलना करणे सोयीचे होते कारण सारणी ही भिन्न विभाग, उप-विभागात विभागलेली असते. तसेच त्या भागाची बेरीज उपलब्ध असते. त्यामुळे त्यांच्यातील सहसंबंध प्रमाण, गुणक यांचा अभ्यास करणे सोपे होते. सारणी केली नाही तर आकडेवारीची तुलना करणे अतिशय अवघड असते.

३) संग्रहित केलेल्या आकडेवारीला स्वतःचे स्वतंत्र अस्तित्व प्राप्त होते.

४) सारणीत महत्त्वाची माहिती वेगळी दाखविली जाते त्यामुळे ती सहज नजरेत भरते व स्मरणात राहते.

५) सारणीमुळे संशोधनातील विश्लेषण व निर्वचनाचे काम सरळ व सोपे होते.

६) सारणीमुळे संपूर्ण संकलित माहिती अथवा तथ्ये एकाच वेळी एकाच ठिकाणी सुसंगतपणे दिसून येतात.

सारणीचे भाग किंवा प्रकार (Parts of the table) :

सारणीचे तिच्या सामावलेल्या गुणानुसार प्रकार केले जातात.

१) एकमार्गी सारणी (साधी सारणी) (One Way Tables) : ज्या सारणीत एकाच गुणाचा विचार केलेला असतो त्या सारणीस 'साधी सारणी' म्हणतात. याचाच अर्थ ओळीत किंवा स्तंभात मांडलेल्या माहितीला साधी किंवा एकमार्गी सारणी म्हणतात. या सारणीद्वारे एखाद्या वर्गाशी संबंधीत एकाच वैशिष्ट्याचे किंवा लक्षणाचे स्पष्टीकरण केले जाते.

तक्ता अथवा सारणी क्र. १

उदा.१ महाराष्ट्राची लोकसंख्या

वर्ष	लोकसंख्या (कोटींमध्ये)
१९६१	३.९५
१९७१	५.०४
१९८१	६.२८
१९९१	७.८७
२००१	९.६७
२०११	११.२३

२) दोन मार्गी सारणी (Two Way Table) : ज्या सारणीमध्ये दोन गुण अथवा वैशिष्ट्यांनी मांडले जाते त्यास दोन मार्गी किंवा द्विगुणित सारणी म्हणतात. जेव्हा एकाच वेळी ओळी आणि स्तंभ यात दोन गुण दाखविलेले असतात.

तक्ता अथवा सारणी क्र. १

महाराष्ट्रातील जन्मदर आणि मृत्युदर (दर हजारी)

वर्ष	जन्मदर	मृत्युदर
१९५१-६१	४१.२०	१९.८०
१९६१-७१	३२.२०	१२.३०
१९७१-८१	२८.५०	९.३०
१९८१-९१	२७.५०	७.३०
१९९१-९६	२३.२	७.४०
२००१	२१.१	७.५
२०११	१७.६	६.७

३) बहुगुण सारणी : ज्या सारणीत एकाचवेळी दोनपेक्षा जास्त गुण दर्शविलेले असतात. त्या सारणीस 'बहुगुण सारणी' म्हणतात. ज्या वेळेस एकाचवेळी अनेक वैशिष्ट्ये दाखवावयाची असतात तेव्हा अशा सारणीची गरज असते अशा प्रकारची सारणी करताना गुणधर्मांना क्रम लावला जातो. सारणीतील गुणधर्माची संख्या जसजशी वाढत जाते तसतशी सारणी अधिक क्लिष्ट होते. तीन आणि चार गुणधर्म असणारी सारणी पुढीलप्रमाणे असते.

तक्ता अथवा सारणी क्र. १

भारतातील वीजनिर्मिती (मेगावॅट)

वर्ष	कोळसा	जलविद्युत	अनुवीज
१९८८-८९	७१३०० ७३%	२३८०० २४%	२७०० ३%
२०११-१२	५१७०० ८०%	१०७०० १७%	२३०० ३%

१.३.२ आलेख (Graphs) : एकत्र गोळा केलेल्या माहितीचे वर्गीकरण करून ती माहिती वाचकास समजेल अशा स्वरूपात मांडणे आवश्यक असते. आलेख हे संख्यात्मक माहिती चटकन लक्षात आणून देणारे साधन आहे.

अर्थ – 'एखाद्या आकडेवारीची माहिती मनोरंजकरित्या देणारे चित्र म्हणजेच आलेख होय.' डेस्कॉर्ट या गणित तज्ज्ञाने याचा शोध लावला.

अर्थशास्त्रीय अथवा समाजशास्त्रीय संशोधनात तथ्यसामग्रीचे सुव्यवस्थित, स्पष्ट व आकर्षित प्रस्तुतीकरण करण्यासाठी आलेखाचा उपयोग केला जातो. आलेख हे सांख्यिकीयदृष्ट्या व शुद्धतेच्या दृष्टीने अधिक उपयोगी व महत्त्वपूर्ण मानले जातात. त्यामुळे ते सर्वसामान्य तसेच विषयाचे विशेषतज्ज्ञ अशा सर्वच प्रकारच्या लोकांसाठी अधिक उपयोगी ठरतात. आलेखाद्वारे दोन तथ्यांतील परस्परसंबंधाचे प्रस्तुतीकरणसुद्धा स्पष्ट केले जाऊ शकते.

आलेखाचा अर्थ (Meaning of Graphs) : एम. एम. ब्लेअर यांच्या मते,'समजण्यासाठी आणि बनविण्यासाठी सरळ सर्वाधिक आकलनीय व जास्तीत जास्त उपयुक्त ठरणारे चित्र म्हणजे आलेख होय.'

वेसेलो यांनी आलेख पद्धतीला तथ्य सामग्रीस स्पष्ट करण्यासाठी सर्वाधिक महत्त्वपूर्ण मानले आहे. उदा.परिक्षेला बसलेल्या विद्यार्थ्यांपैकी किती पास झाले, किती नापास झाले. त्यातील प्रथमश्रेणीत किती, द्वितीयश्रेणीत किती, त्यांची टक्केवारी किती हे उपलब्ध संख्येवरून लक्षात येते. मात्र, त्यांचे परस्परातील अंतर किती हे स्पष्ट होत नाही. या सर्व बाबी आलेखावरून स्पष्ट होतात.

आलेखाचे उपयोग पुढीलप्रमाणे सांगता येतात–

१) आकडेवारीच्या आधाराने जे सत्य सांगायचे आहे, त्याचे पटकन आकलन होते.

२) आलेख अथवा आकृत्या या नेहमीच लक्षवेधी आणि सर्वसमावेशी असतात.

३) कंटाळवाण्या माहितीपेक्षा, रुक्ष अशा आकडेवारीपेक्षा आलेख आणि आकृती मनाला खेचणाऱ्या असतात. वेगवेगळे रंग वापरून त्यातील विविध माहिती विविध प्रकारे दाखविता येते.

४) खूप मोठ्या कालावधीचा आलेख एका दृष्टिक्षेपात समजतो. उदा.१९५१ ते २०११ पर्यंतच्या लोकसंख्येतील बदल. १९५१ नंतर पीक रचनेत झालेले बदल इत्यादी.

५) कंटाळवाणी माहिती वाचत बसण्याचा वेळ वाचतो.

६) माहितीतून मिळालेली काही वैशिष्ट्ये आलेखातून दाखविता येतात.

आलेखांचे प्रकार

आलेखांचे प्रकार पुढीलप्रमाणे सांगता येतात.

१) रेषा आलेख

२) स्तंभालेखन

अ) साधा स्तंभ आलेख

ब) विभाजित स्तंभ आलेख

क) शेकडेवारी स्तंभ आलेख

ड) गुणित स्तंभ आलेख

३) वृत्तालेख

१) रेषा आलेख : आलेखांचा सर्वांत जास्त वापरला जाणारा आणि सगळ्यात साधा प्रकार म्हणजे रेषा आलेख 'क्ष' आणि 'य' अक्षावर चले नेमून योग्य ते प्रमाण ठरवून त्याप्रमाणे आलेख काढता येतो.

उदा.२००६ ते २०११ पर्यंत पुणे जिल्ह्यातील तांदुळाच्या निर्यातीचे आलेखाद्वारे सादरीकरण.

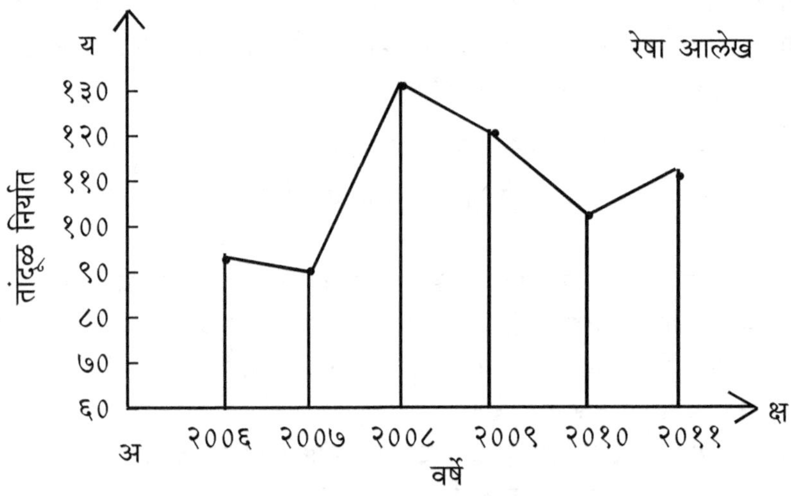

२) स्तंभ आलेख : अर्थशास्त्र आणि व्यापारी व्यवहार या क्षेत्रामध्ये हे आलेख जास्त वापरले जातात. हासुद्धा आलेखाचा सोपा प्रकार आहे. यामध्ये रेषांच्याऐवजी स्तंभ काढलेला असतो. बऱ्याचदा 'क्ष' अक्षावर वर्षे मोजण्याचा प्रघात आहे. स्तंभ आलेखाचे पाच प्रकार आहेत.

अ) साधा स्तंभ आलेख :

उदा. भारतातील निर्यात

वर्ष	निर्यात (करोडमध्ये)
२००१	११०
२००२	११७.५
२००३	११५
२००४	१२०.८
२००५	१२८.५

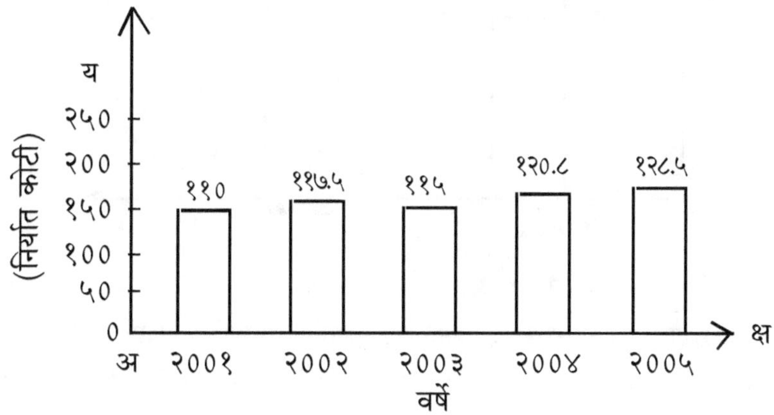

ब) विभाजित स्तंभ आलेख : एका चलामध्ये जर काही विविध प्रकार दाखवायचे असतील तर हा प्रकार वापरला जातो. ज्या स्तंभाचा आलेख काढायचा आहे, त्याची एकूण बेरीज करून घ्यावी व बेरजेइतक्या मापाचा स्तंभ काढावा व नंतर स्तंभाचे विभाजन दर्शवावे.

उदा. दोन कुटुंबांचा होणारा खर्च

	कुटुंब अ	कुटुंब ब
अन्न	२००	२००
कपडे	१००	६०
शिक्षण	३०	५०
इतर	२००	७५
बचत/तूट	+१०	–३०

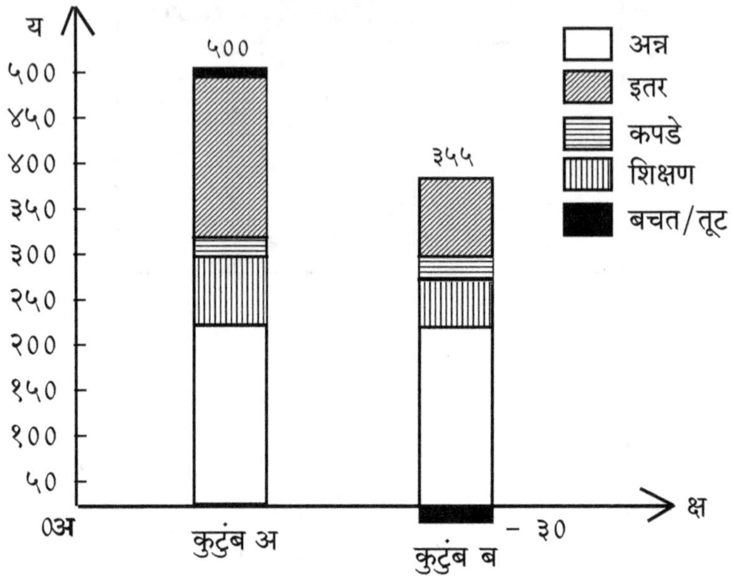

क) शेकडेवारी स्तंभ : विभाजित स्तंभालेखाप्रमाणेच हा प्रकार आहे. यात फक्त स्तंभ पूर्ण १०० चा तयार करून दाखविलेल्या प्रत्येक बाबीची शेकडेवारी दर्शविली जाते.

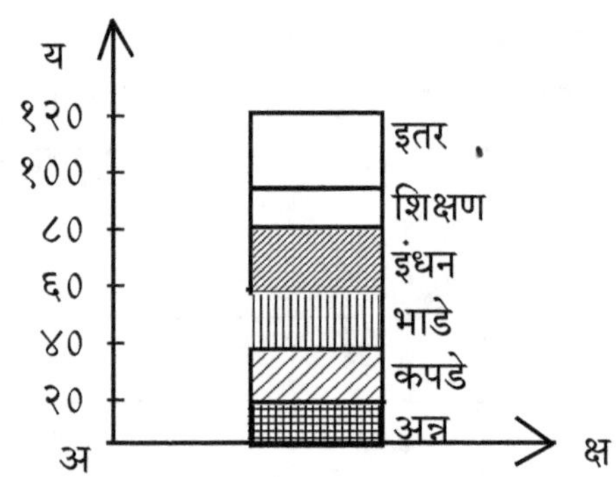

ड) गुणित स्तंभालेख : दोन किंवा अधिक चलांची विविध बाबींमधील तुलना करावयाची असेल तेव्हा गुणित स्तंभालेख वापरतात.

उदा.अ आणि ब दुकानदाराला पाच वर्षांत झालेला नफा

नफा (रु. ००)

वर्ष	दुकानदार अ	दुकानदार ब
२००१-०२	१५०	१००
२००१-०३	१६०	११०
२००३-०४	१८०	१२०
२००४-०५	२००	१५०

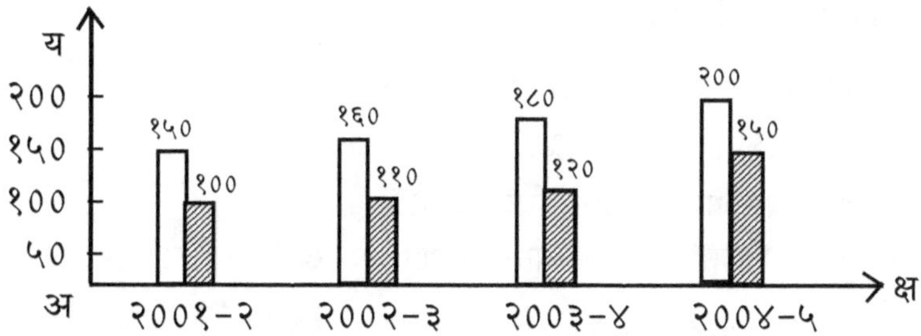

३) वर्तुळाकार आलेख :- याला वृत्तालेख असेही म्हणतात. हा प्रकार जास्त प्रभावी आहे. उदा.आपण बजेटच्या बाबतीत रुपया कसा येईल व कसा जाईल याबाबत आपल्याला दिसून येतो. दिलेला प्रत्येक चल वर्तुळाच्या मध्यबिंदुशी असणाऱ्या ३६० अंशाच्या कोनाशी पडताळून पहावा आणि आलेला कोन वर्तुळाकार आकृतीमध्ये कोनमापकाचा वापर करून बसवावा लागतो.

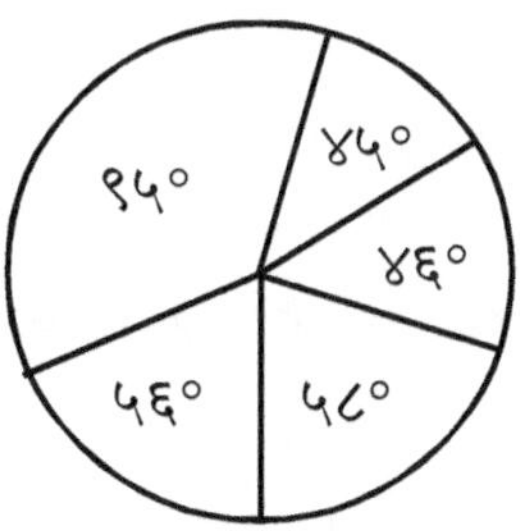

प्रश्न

प्र. १ खालील प्रश्नांची एका वाक्यात उत्तरे लिहा.

१) माहिती विश्लेषणाचा अर्थ सांगा.

२) आलेख म्हणजे काय?
३) कोष्टक म्हणजे काय?
४) वर्गीकरण म्हणजे काय?

प्र. २ खालील प्रश्नांची थोडक्यात उत्तरे लिहा.

१) माहिती विश्लेषण म्हणजे काय व्याख्या सांगा.
२) माहितीचे स्वरूप स्पष्ट करा.
३) सारणीकरण म्हणजे काय?
४) आलेख म्हणजे काय?

प्र. ३ खालील प्रश्नांची २०० शब्दात उत्तरे लिहा.

१) माहिती अथवा तथ्य विश्लेषणाचे स्वरूप स्पष्ट करा.
२) माहिती विश्लेषणाचे महत्त्व विशद करा.
३) वर्गीकरण म्हणजे काय ते सांगून सारणी आलेख स्पष्ट करा.

प्र. ४ खालील प्रश्नांची २५० ते ३०० शब्दात उत्तरे लिहा.

१) माहिती विश्लेषण म्हणजे काय? त्याचे स्वरूप आणि महत्त्व विशद करा.
२) वर्गीकरण म्हणजे का? सारणीकरण आणि आलेख स्पष्ट करा.

प्रकरण – २

केंद्रीय प्रवृत्तीची परिमाणे

(Measures of central Tendencies)

२.१ प्रास्ताविक
२.२ केंद्रीय प्रवृत्तीची परिमाणे
२.२.१ मध्यमान अथवा मध्यमाची व्याख्या
२.२.२ मध्यांक अथवा मध्यमाची व्याख्या
२.२.३ बहुलकाची व्याख्या
२.३ विचलनाचा अर्थ
२.३.१ व्याख्या : सीमा विस्तार, मध्यविचलन, अंतरचतुर्थक विस्तार, प्रमाण विचलन
२.४ संकल्पना : शेकडेवारी अथवा टक्केवारी
२.५ संकल्पना : वारंवारता विभाजन, संचित वारंवारता, वर्गसीमा, मध्यबिंदू, वर्गांतर

२.१ प्रास्ताविक (Introduction) :

आकड्यांच्या कोणत्याही श्रेणीचा आपल्याला अभ्यास करावयाचा असेल, तेव्हा त्या श्रेणीतील सर्व आकड्यांचे प्रतिनिधित्व करणारा असा एक आकडा पुढील विश्लेषण आणि स्पष्टीकरण यांच्या बाबतीत आपणास खूप मदत करतो. प्रतिनिधित्व करणारे हे आकडे श्रेणीतील आकड्यांना उतरत्या किंवा चढत्या क्रमाने लिहिले असता मध्यभागी येणाऱ्या आकड्यांच्या जवळपासचे असतात म्हणून त्यांना 'केंद्रीय मध्यवर्ती प्रवृत्ती' असे म्हणतात.

प्रातिनिधिक संख्या निवडण्यासाठी आपण जर सर्व संख्यांकडे एक दृष्टिक्षेप टाकला तर आपल्या असे लक्षात येते की, या सर्व संख्या एका अथवा थोड्या विशिष्ट संख्येभोवती गोळा झाल्या आहेत. म्हणजेच त्यांच्या किमती एका संख्येच्या

आसपास प्रामुख्याने आहेत व ही संख्या मध्यवर्ती असते. संख्यांची ही 'एका संख्येभोवती गोळा होण्याची जी प्रवृत्ती अथवा मध्यवर्ती संख्येच्या आजूबाजूला गोळा होण्याची जी प्रवृत्ती असते तिला केंद्रीय प्रवृत्ती असे म्हणतात.'

२.२ केंद्रीय प्रवृत्तीची परिमाणे (Measures of Central Tendencies) :

कोणत्याही गटातील प्राप्तांकाचा कल संबंधित मापन श्रेणीच्या मध्यावर जमा होण्याकडे असतो. प्राप्तांकाच्या या गुणधर्मास 'केंद्रीय अथवा मध्यवर्ती प्रवृत्ती' असे म्हणतात.

ज्या विशिष्ट संख्येभोवती इतर सर्व संख्या एकत्र येतात ती संख्या आपण प्रातिनिधिक म्हणून निवडतो. ही जी संख्या आपण निवडतो त्या संख्येला केंद्रीय प्रवृत्तीचे मोजमाप असे म्हणतात. आता ही प्रातिनिधिक संख्या म्हणजेच मोजमाप निवडताना कसा विचार करावा याबाबत काही वेगवेगळे दृष्टिकोन आहेत. दृष्टिकोन बदलला की, मोजमापही बदलते.

संकलित माहितीचे किंवा गुणाकांचे वारंवारता कोष्टक तयार करणे म्हणजे त्याचे विश्लेषण करणे होय. या केलेल्या विश्लेषणाचे स्पष्टीकरण करणे महत्त्वाचे आहे. मुलांनी मिळविलेल्या गुणांकाची तुलना करण्यासाठी या वारंवारता कोष्टकांची फक्त गरज आहे असे नव्हे तर त्यामध्ये कोणता संबंध आहे. ते परस्परविरोधी किती प्रमाणात आहेत हे पहाणे महत्त्वाचे आहे. त्यासाठी काही सांख्यिकीय पद्धतींचा वापर करावा लागतो. या सांख्यिकीय पद्धतीतील कोणत्याही श्रेणीचा किंवा गुण संचाचा अभ्यास करावयाचा असेल तेव्हा त्या श्रेणीतील सर्व गुणांकांचे प्रतिनिधित्व करणारा असा एक गुणांक पुढील विश्लेषण आणि स्पष्टीकरण करण्यासाठी उपयुक्त ठरत असतो आणि त्यासाठी केंद्रीय प्रवृत्तीच्या परिणामांची आवश्यकता असते.

अर्थ आणि व्याख्या :

१) कोणत्याही श्रेणीतील प्राप्तांक श्रेणीच्या केंद्राभोवती किंवा मध्यमानाभोवती एकवटलेले असतात. त्या प्राप्तांकांच्या या प्रवृत्तीस केंद्रीय प्रवृत्ती (Central Tendency) असे म्हणतात.

२) प्रतिनिधित्व करणारे आकडे किंवा श्रेणीतील आकड्यांना उतरत्या किंवा चढत्या क्रमाने लिहिले असता मध्यभागी येणाऱ्या आकड्यांच्या जवळपासचे ते असतात म्हणून त्यांना 'केंद्रीय प्रवृत्ती' असे म्हणतात.

केंद्रीय प्रवृत्तीचे हे प्रतिनिधित्व करणारे आकडे एकतर ते ज्या गटाबाबतचे आकडे आहेत तो गट सरासरीमानाने कसा आहे हे सांगतात व दुसरे म्हणजे दोन

निरनिराळ्या गटांची तुलना करण्यास मदत करतात. केंद्रीय प्रवृत्तीची (१) मध्यमान (२) मध्यगा व (३) बहुलक अशी प्रमुख तीन परिमाणे आहेत.

२.२.१ मध्यमान अथवा मध्यमाची व्याख्या (Definition of Mean) :

गणितात भौमितिक मध्यमान व इतर मध्यमानेही आहेत. येथे आपण ज्या मध्यमानाचा विचार करणार आहेत ते नेमके कोणते मध्यमान हे कळण्यासाठी त्याला अंकगणिती मध्यमान असे संबोधले जाते. सोईकरिता फक्त 'मध्यमान' एवढाच शब्द वापरला तरी चालते. मात्र, जेथे जेथे माध्यमान म्हटले जाईल तेथे तेथे त्याचा अर्थ 'अंकगणित मध्यमान' आहे हे लक्षात ठेवले पाहिजे.

व्याख्या : मध्यमान म्हणजे, हिशेब करून काढलेली सरासरी होय.

'अनेकविध संख्यांचे प्रतिनिधित्व करणाऱ्या 'एकट्या' संख्येस सरासरी किंवा मध्यमान अथवा मध्य म्हणतात.'

मध्यमान काढताना संग्रहित माहितीतील सर्व मूल्यांची बेरीज करून त्या संख्येला एकूण घटकांच्या संख्येने भागले जाते.

थोडक्यात, गटातील सर्व प्राप्तांकांच्या बेरजेस प्राप्तांकांच्या संख्येने भागून येणारा अंक म्हणजेच मध्यमान. मध्यमान सूत्राच्या साहाय्याने पुढील प्रमाणे मांडता येईल.

$$a \text{ किंवा } \overline{X} = \frac{\sum x}{N} \text{ किंवा मध्यमा} = \frac{\text{सर्व संख्यांची बेरीज}}{\text{एकूण संख्या}}$$

येथे $\overline{X}$ = सरासरी किंवा मध्यमान ($\overline{X}$ = X bar असे वाचावे.

ΣX = सर्व प्राप्तांकाची बेरीज अथवा चलाच्या मूल्यांची बेरीज.

Σ = सिग्मा किंवा समेशन वाचावे.

Σ हे चिन्ह बेरजेसाठी वापरतात. म्हणताना समेशन X असे म्हणतात.

N = एकूण संख्या.

मध्यमा काढताना :

१) प्रथम X या चलाच्या मूल्यांची बेरीज करा. ती बेरीज म्हणजेच Σ^{X} होय.

२) त्यानंतर त्या बेरजेचा एकूण अवलोकनाच्या संख्येने भागाकार करा.

उदा. १ : समजा, प्रा. पाटील यांचे वेतन ३०,००० रु., प्रा. देशमुख यांचे २८,००० रु. व प्रा. कुलकर्णी यांचे २६,००० रु. आहे.

मध्यमान काढण्यासाठी तिघांच्या वेतनाची बेरीज करून ३ ने भागावे लागेल.

$$\frac{३०,००० + २८,००० + २६,०००}{३} = \frac{८४,०००}{३}$$

= २८,००० रुपये

मध्यमानाची वैशिष्ट्ये :

१) निरनिराळ्या पद्धती वापरून मध्यमान अचूकपणे काढता येते. मध्यमानास हिशेब करून काढलेली सरासरी म्हटले जाते.

२) ही केंद्रीय पद्धती खूप परिचित अशी आहे. दरडोई उत्पन्न, उत्पादन, लाभांश, पर्जन्य, तापमान इ. अशा कितीतरी बाबी याद्वारा व्यक्त केल्या जातात.

३) संख्याशास्त्रातील महत्त्वाची गोष्ट उदा. प्रमाण विचलन सहसंबंध गुणांक इत्यादी काढण्यासाठी मध्यमानच लागते.

४) मध्यमानास वारंवारता विभाजनातील प्राप्तांकाचे गुरुत्वमध्य म्हटले जाते.

५) निरनिराळ्या गटांच्या मध्यमानांना मिसळून एकत्र गटाचे मध्यमान काढता येते.

६) मध्यांक आणि बहुलकापेक्षा मध्यमान जास्त विश्वसनीय व स्थिर आहे. मध्यांक काढतेवेळी दिलेल्या प्राप्तांकापैकी प्रत्येक प्राप्तांकाचा विचार होतो व प्रत्येक प्राप्तांक त्याच्या मूल्यानुसार मध्यमानाच्या मूल्यावर परिणाम करतो म्हणून ही केंद्रीय प्रकृती जास्त विश्वसनीय ठरते. एका मोठ्या गटातून योग्य पद्धतीने अनेक उपगट घेतले व या उपगटांचे मध्यमान काढले तर एका उपगटाच्या मध्यमानात तुलनात्मकदृष्ट्या फार फरक येत नाही. म्हणून इतर केंद्रीय प्रवृत्तीच्यामानाने ही केंद्रीय प्रवृत्ती जास्त स्थिर आहे असे म्हटले जाते.

मध्यमान अथवा मध्याचे गुण (Merits)

१) मध्यमान हा सरासरी समजण्यास व स्तर काढण्यास सर्वांत सोपा असा प्रकार आहे.

२) मध्यमान काढताना माहिती ही विशिष्ट (चढत्या किंवा उतरत्या) क्रमाने लावलीच पाहिजे असे नाही. याउलट, मध्यका व बहुलक काढताना मात्र माहिती विशिष्टक्रमाने लावावीच लागते.

३) मध्यमानाच्या उत्तरावर प्रत्येक मूल्याचा परिणाम होतो.

४) मध्यमानाचे उत्तर निश्चित अशा गणितीय सूत्रावर आधारलेले असल्यामुळे त्याची पडताळणी करता येते.

५) मध्यमान हे काढलेले उत्तर असते, ते फक्त संख्येची जागा दाखवित नाही.
६) एकाच विश्वातून भिन्न वेळा नमुने घेतले तरी मध्यमानाच्या उत्तरात फारसा फरक सापडत नाही.
७) मध्यमानाचे उत्तर निश्चित असते. याचा अर्थ दिलेल्या आकडेवारीच्या मदतीने कोणीही मध्यम काढले तर त्याचे उत्तर तेच येते. कारण ते निश्चित अशा गणितीय सूत्रावर आधारित असल्यामुळे त्याची पडताळणी करता येते.
८) हे सूत्र ताठर आहे. त्यात बीजगणिती पद्धतीचा अवलंब केला आहे.
९) यात केंद्रीभूत समतोल स्थिती असते.
१०) मध्यमान हा मूल्याचा मध्यवर्ती बिंदू किंवा संतुलन बिंदू असतो. त्यामुळे त्याच्या दोन्ही बाजूंना असलेली मूल्ये सारख्या अंतरावर असतात.

२.२.२ मध्यांक अथवा मध्यमाची व्याख्या (Definition of Median) :

एखाद्या श्रेणीत फारच वरच्या अथवा खालच्या किंवा दोन्ही टोकांचे प्राप्तांक असले म्हणजे मध्यमान त्या श्रेणीतील प्राप्तांकाचे नीट प्रतिनिधित्व करीत नाही. अशावेळी योग्य प्रतिनिधित्व करणारी केंद्रीय प्रवृत्ती मध्यांकच असते. म्हणून या केंद्रीय प्रवृत्तीचे महत्त्व आहे. श्रेणीतील प्राप्तांकाबद्दल योग्य कल्पना येण्यासाठी त्यांची आवश्यकताही असते.

प्राप्तांक वारंवारता विभाजनाच्या स्वरूपात न देता सुटे दिले व त्यांची संख्या थोडी असली तर त्यांना क्रमाने लिहून विशेष हिशेब न करता चटकन मध्यांक सांगता येतो. प्राप्तांकाची संख्या खूप मोठी असली तर त्यांना क्रमाने लिहीत बसणे जिकीरीचे होते. अशावेळी दिलेल्या प्राप्तांकांवरून वारंवारता तक्ता तयार करणे व त्यावरून मध्यांक काढणे अधिक सोयीचे असते.

केंद्रीय प्रवृत्तीचे दुसरे परिमाण मध्यांक होय. यामध्ये विशिष्ट जागेवर असलेली संख्या प्रातिनिधिक म्हणून निवडतात.

मध्यांक अथवा मध्यमानाचा अर्थ/व्याख्या :

१) 'दिलेल्या मूल्यातील मध्यवर्ती मूल्य म्हणजे मध्यांक होय.'

मध्यांक हा मूल्याचा मध्यबिंदू असतो. याचा अर्थ विभाजनातील अर्धी मूल्ये ही मध्यांकापेक्षा लहान असतात, तर अर्धी मूल्ये ही मध्यांकापेक्षा मोठी असतात.

२) 'दिलेले गुण संचातील गुणांक उतरत्या किंवा चढत्या क्रमाने लिहिले असता वितरणाच्या मध्यावर असणारा गुणांक की ज्याच्यावर ५० टक्के आणि ज्याच्या खाली ५० टक्के गुणांक असतील अशा बिंदूवर येणारा गुणांक मध्यांक होय.'

यावरून गटातील गुणांकाची तुलना करता येते, जेव्हा एखाद्या गटाचे गुणांक सुटे (Ungrouped) दिलेले असतील आणि ते उतरत्या किंवा चढत्याक्रमाने मांडले असता मध्यबिंदूत येणाऱ्या गुणांकाला मध्यांक असे म्हणतात.

उदा. १२, ९,७, १७, ६, ११, १५ या गुणांकाचा मध्यांक काढा.

वरील व्याख्येप्रमाणे गुणांक चढत्या क्रमाने मांडले. ६, ७, ९, ११, १२, १५, १७ म्हणून ११ हा मध्यांक आहे.

तर जेव्हा वारंवारता कोष्टकाद्वारे गुणांक (Grouped) दिले जातात तेव्हा त्यास 'मध्यांक (Median)' असे म्हणतात.

३) 'दिलेले प्राप्तांक उतरत्या किंवा चढत्याक्रमाने लिहिले असता अगदी मध्यावर येणारा बिंदू किंवा प्राप्तांक म्हणजे मध्यांक होय.'

दुसऱ्या शब्दांत प्राप्तांक उतरत्या किंवा चढत्याक्रमाने लिहिले असता मध्यांक म्हणजे त्यातील असा बिंदू किंवा प्राप्तांक की ज्याच्या वर आणि खाली तितकेच प्राप्तांक राहतील. उदा. ५१, ४९, ५२, ५०, ४९, ५४, ५३ हे प्राप्तांक घ्या. या प्राप्तांकाना उतरत्या क्रमाने लिहिले तर ते पुढीलप्रमाणे येतील.

५४, ५३, ५२ (५१) ५०, ४९, ४९.

याउलट त्यांना चढत्याक्रमाने लिहिले तर ते खालीलप्रमाणे येतील.

४९, ४९, ५० (५१) ५२, ५३, ५४

दोन्ही स्थितीत ५१ हा प्राप्तांक मध्यावर आहे किंवा त्याच्या खाली आणि वर तितकेच म्हणजे तीन तीन प्राप्तांक आहेत. म्हणून दिलेल्या प्राप्तांकाचा मध्यांक ५१ आहे.

४) सांख्यिक सामुग्री चढत्या किंवा उतरत्या क्रमाने मांडली असता ज्या नोंदीने ती दोन समान भागात विभागली जाते त्या नोंदीला मध्यांक म्हणतात.

जर नोंदी N (संख्या) चढत्या क्रमाने किंवा उतरत्या क्रमाने मांडल्या आणि जर

अ) N ही विषम संख्या असेल तर (N + १/२) ते पद मध्यांक असते आणि जर

ब) N ही सम संख्या असेल तर दोन मधल्या संख्यांचा मध्य N/२ आणि (N/२+१) ज्या पदाचा मध्य मध्यांक असतो.

उदा. खालील वारंवारता वितरणाचे मध्यांक काढा.

x	१	२	३	४	५	६	७	८	९
f	८	१०	११	१६	२०	२५	१५	९	६

उत्तर

x	f	संचित वारंवारता पेक्षा कमी
१	८	८
२	१०	१८
३	११	२९
४	१६	४५
५	२०	६५
६	२५	९०
७	१५	१०५
८	९	११४
९	६	१२०
एकूण	N = १२०	

येथे N = १२० अशा एकूण (सम) नोंदी आहेत.

म्हणून N/२ = ६०] N/२+१ = ६१

जेव्हा सामुग्रीतील नोंदी चढत्या क्रमाने मांडल्यास ६० वी आणि ६१ वी यामधल्या दोन्ही नोंदी ५ येतात.

$$\therefore \text{मध्यांक} = \frac{५+५}{२} = ५$$

मध्यांक काढण्याच्या वेगवेगळ्या पद्धती पुढीलप्रमाणे सांगता येतात.

१) सुट्या प्राप्तांकाचा मध्यांक काढणे :

दिलेल्या संख्या (प्राप्तांक) क्रमाने मांडनू त्या मोजण्याची क्रिया फक्त करावी लागते.

सुत्राचा वापर करण्याची गरज नसते. प्राप्तांकाची संख्या विषम असेल, मध्यांक, मधल्या प्राप्तांकाच्या किंमती इतका असतो. गटातील प्राप्तांकाची संख्या सम असल्यास, मध्यांक मधल्या दोन प्राप्तांकाचा मध्यबिंदू असतो.

उदा.१ : पाबळ महाविद्यालयातील ९ कर्मचाऱ्यांची वये ५३, २६, ३५, ४८, ४९, २९, २१, २८, ५० वर्षे आहेत तर त्यांच्या वयाचा मध्यांक किती?

प्रथम कर्मचाऱ्यांची वये श्रेणीच्या स्वरूपात मांडून घ्यावीत.

२६, २८, २९, ३५, (४१) ४८, ४९, ५०, ५३

वरील संख्यांमध्ये मधली संख्या ४१ आहे हाच मध्यांक होय.

३४, ४६, ५३ (५९) ५९, ८४, ९० या श्रेणीचा मध्यांक मधल्या प्राप्ताकांच्या किमती इतका म्हणजे ५९ आहे.

उदा. २ : धोनीच्या ८ डावातील धावा ६०, ३३, ११३, ६९, ५०, ११७, ३०, ३३ आहेत या धावांचा मध्यांक किती?

अगोदर आपण धावांची मांडणी श्रेणीच्या स्वरूपात करू.

३०, ३३, ३३ (५०, ६०) ६९, ११३, ११७

श्रेणीच्या मध्यभागी कोणतीही संख्या नसल्याने मधल्या दोन संख्यांचा विचार करावा लागतो. त्यांचा मध्यबिंदू हाच दिलेल्या श्रेणीचा मध्यांक असतो. ५० ते ६० या मधल्या दोन संख्या आहेत. त्यांचा मध्यबिंदू = (५० + ६०/२ = ५५) आहे. हाच मध्यांक होय.

मध्याकांची वैशिष्ट्ये :

१) गटातील विद्यार्थी मोजून, त्याचे निम्मे करून मध्यांक काढला जातो म्हणून याला मोजून काढलेली सरासरी असे म्हणतात.

२) मध्यांकावर कोणत्याही खूपच टोकाच्या अशा प्राप्तांकांचा परिणाम होत नाही. म्हणून खूपच टोकाचे प्राप्तांक असलेल्या श्रेणीतील गुणांचे प्रतिनिधित्व मध्यांक जास्त चांगले करू शकतो.

३) खालच्या किंवा वरच्या किंवा दोन्हीही टोकांकडील काही गुण माहिती नसले तरी मध्यांक सांगता येतो. खालील उदाहरणांवरून हे स्पष्ट होईल.

अ) एका श्रेणीत ७ गुण असून खालच्या टोकाचे २ गुण माहीत नाहीत. उरलेले ५ गुण खालीलप्रमाणे आहेत.

७५, ७०, ६२, ५७, ५०, ...

श्रेणीत सात गुण असल्यामुळे गुणक्रमाने लिहिल्यानंतर सर्वांत खालच्या किंवा वरच्या गुणापासून ७ + १/२ = ४था गुण मध्यांक असणार. खालच्या टोकाचे दोन गुण माहीत नसले तरी सर्वांत वरच्या गुणापासून मोजून ४ था गुण ५७ हा मध्यांक आहे हे सांगता येते.

ब) एका श्रेणीत ७ गुण असून वरच्या टोकाचे दोन गुण माहीत नाहीत. उरलेले ५ गुण खालीलप्रमाणे आहेत.

.........., ... २०, १७, १६, १४, १३

या श्रेणीत ७ गुण क्रमाने लिहिले असता सर्वांत खालच्या गुणापासून ७ + १/२ = ४ था गुणमध्यांक असणार म्हणून या उदाहरणातील मध्यांक १७ आहे.

क) एका श्रेणीत ९ गुण आहेत, पण खालच्या टोकाचे दोन व वरच्या टोकाचे दोन गुण माहीत नाहीत. उरलेले गुण खालीलप्रमाणे आहेत.

..........., ... ४७, ४४, ४३, ४१, ३९, ..., ...

श्रेणीत ९ गुण आहेत म्हणून गुण क्रमाने लिहिले. सर्वांत खालच्या किंवा वरच्या गुणापासून ९ + १/२ = ५ वा गुण मध्यांक असणार. खालच्या टोकास २ गुण आहेत हे लक्षात ठेवून मोजले तर वरील उदाहरणात ४३ मध्यांक आहे.

४) मध्यांक हा मध्यमानाच्या तुलनेत कमी स्थिर व कमी विश्वसनीय असतो. एखादा प्राप्तांक गटात मिळविल्यास किंवा त्यातून कमी केल्यास मध्यांकाच्या किमतीत बरीच तफावत पडू शकते.

मध्यांकाचे गुण (Merits)

१) असमान गट असताना ही पद्धत उपयोगी पडते.

२) सरासरी पद्धतीपेक्षा केंद्रीभूत कल मापनासाठी ही पद्धत जास्त उपयोगी पडते.

३) मध्यांकाचा महत्त्वाचा गुण म्हणजे मध्यांका ही माहीत करण्यास सोपी असते.

४) विभाजनात मध्यांकामुळे प्रातिनिधिक स्वरूपाची संख्या मिळते.

५) उत्पन्नात अथवा वस्तूंच्या किमतीत मोठ्या प्रमाणात विषमता असेल तर ती मोजण्यासाठी मध्यांकाचा उपयोग केला जातो.

६) गुणात्मक माहितीचे विश्लेषण करताना ही पद्धत जास्त उपयोगी पडते.

७) मध्यांक आलेखाच्या साहाय्याने दाखविता येतो.

८) मध्यांकाचे मूल्य सहजी स्पष्ट करता येते.

९) मध्याकांचे उत्तर मालिकेतील लहान किंवा मोठ्या मूल्यांनी प्रभावीत होत नाही. उदा. १०, २०, ३०, ४० आणि १५० अशी मूल्ये असताना मध्यांक ३० असतो, तर मध्यमान ५० असतो. कारण मध्यमान हे १५० मूल्यांनी प्रभावित झालेले आहे. म्हणून दिलेल्या अवलोकनात जेव्हा फार लहान व फार मोठी अशी मूल्ये असतात, तेव्हा मध्यमानाऐवजी मध्यांकाचा उपयोग केला जातो.

१०) मध्यांक ही प्रारंभ-शेवट नसलेल्या पदमालेत काहीही गृहीत न धरता काढता येते. तसेच गट हा सारख्या अंतराचा असेल तर मध्यांक काढणे अधिक सोपे असते.

२.२.३ बहुलकाची व्याख्या (Definition of Mode) :

बहुलक हे केंद्रीय प्रवृत्तीचे तिसरे परिमाण आहे. विशेषत: मध्यमान किंवा मध्यांक उपयुक्त ठरत नाहीत. अशा अनेक बाबतीत बहुलक महत्त्वाचे ठरते. समजा, तयार कपडे करणाऱ्या एका कंपनीस निरनिराळ्या वयोमानाच्या माणसांसाठी शर्ट तयार करावयाचे आहेत. कुठलाही शर्ट तयार करावयाचा म्हटला की, प्रथम त्याचे मोजमाप हवे. व्यक्तिभेदामुळे कोणत्याही वयोगटात येणाऱ्या सर्व माणसांची मापे सारखी नसणार. प्रत्येक वयोगटात शर्टांच्या मापांच्या बाबतीत जी विविधता आहे, त्याचे मोजमाप कंपनी करू शकणार नाही व मोजमाप केलेच तर तितक्या विविध मापांचे शर्ट एका वयोगटाकरिता तयार करणे तिला जमणार नाही व परवडणार नाही. अशा स्थितीत एखाद्या वयोगटातील विविध मापे घेऊन या मापांची सरासरी काढली व या सरासरी मापाचे शर्ट्स त्या वयोगटाकरिता म्हणून तयार केले तर काय होईल? सरासरी मापाची व्यक्ती गटात असणे आवश्यक नसल्यामुळे ते शर्ट्स त्या वयोगटातील कोणत्याच माणसाच्या मापाचे कदाचित होणार नाहीत. विविध मापे घेऊन त्यांना क्रमाने मांडले व त्यातील मध्यभागी येणारे माप घेऊन शर्ट्स तयार केले तर काय होईल? फक्त ते माप असणाऱ्या अशा काहीच माणसांना ते योग्य ठरतील व बाकीच्यांपैकी पुष्कळांना ते लहान किंवा मोठे होतील. अर्थात, या बाबतीत मध्यमान तसेच मध्यांक उपयोगाचे नाहीत हे स्पष्ट आहे. मग कंपनीसमोरची समस्या सुटावी कशी? याला सर्वांत चांगला असा एक मार्ग दिसतो. कंपनीने एखाद्या वयोगटात कुठल्या मापाची माणसे जास्तीत जास्त आहेत हे पाहावे आणि त्या मापाचे शर्ट्स त्या वयोगटातील माणसांकरिता म्हणून तयार करावेत. अशा जास्तीत जास्त मापांबद्दल माहिती देणारी केंद्रीय प्रवृत्ती म्हणजे 'बहुलक' होय.

अर्थ आणि व्याख्या :

१) एखादी नोंद (किंवा नोंदी) जिची वारंवारता जास्तीत जास्त (एकापेक्षा जास्त) असेल तर तिला त्या सामुग्रीचा बहुलक (किंवा भूयिष्ठक) म्हणतात.

उदा. १ : खालील सांख्यिक सामग्रीचा बहुलक काढा.

१५, १४, १९, १५, १४, १५, १६, १४, १५, १८, १४, १९, १५, १७, २०

उत्तर : येथे सामुग्रीची खालील वारंवारता सारणी मिळते.

xi	१४	१५	१६	१७	१८	१९	२०
fi	४	५	१	१	१	२	१

येथे १५ या नोंदीची वारंवारता सर्वांत जास्त (म्हणजे ५) आहे.

बहुलक – १५

२) 'दिलेल्या गुणांकावरील जास्त वेळा येणारा गुणांक म्हणजे 'बहुलक होय; किंवा ज्याची वारंवारता सर्वांत जास्त आहे तो बहुलक होय.'

३) 'दिलेल्या पदमालेत ज्या मूल्याची सर्वांत अधिक पुनरावृत्ती होते त्या मूल्यास बहुलक म्हणतात.'

४) 'जास्तीत जास्त वारंवारता असणारी संख्या म्हणजे बहुलक होय.'

जास्तीत जास्त वारंवारतेबद्दल माहिती देणारी केंद्रीय प्रवृत्ती म्हणजे बहुलक होय.

प्राप्तांक वारंवारता विभाजनाच्या स्वरूपात न देता सुटे दिले तर सर्वांत जास्त वेळा येणारा प्राप्तांक म्हणजे बहुलक होय.

उदा. १ : ५०, ५१, ५२, ५३, ५४, ५५, ५५, ५५, ५६, ५६, ५७, ५८, ५९, ६० या श्रेणीत ५५ हा प्राप्तांक ३ वेळा ५६ आणि ५२ हे प्राप्तांक प्रत्येकी २ वेळा आणि उरलेले प्राप्तांक प्रत्येकी १ वेळा आले आहेत. अर्थात, ५५ हा प्राप्तांक सर्वांत जास्त वेळा आला आहे. म्हणून दिलेल्या श्रेणीतील प्राप्तांकाचे बहुलक ५५ आहे.

'बहुलक' हा 'बिंदू' असून त्याची वारंवारता सर्वांत जास्त असते. या बिंदूच्या ठिकाणी बहुसंख्य वारंवारतेचे केंद्रीकरण झालेले असते.

उदा. २ : खालील संख्यासाठी बहुलक काढा.

७, ४, ३, २, ५, १, ७, ३, २, १, ३

उत्तर : येथे ३ ही संख्या जास्तीत जास्त वेळेला म्हणजे तीनदा आली आहे.

बहुलक (मोड) = ३

बहुलक Mo या चिन्हाने दर्शविले जाते. येथे गोळा होण्याकडे बहुजनांचा कल असतो. बहुजनांचा कल म्हणून या केंद्रीय प्रवृत्तीस बहुलक हे नाव यथार्थ ठरले असते. Mode या इंग्रजी शब्दावरून सुद्धा हाच अर्थ ध्वनित होतो. मात्र, बहुलक हा शब्द रूढ झाल्याने या पुस्तकात तोच वापरला आहे.

बहुलकाचे दोन प्रकार आहेत.

१) स्थूल बहुलक/अंदाजी बहुलक (Curde Model) : प्राप्तांक वारंवारता विभाजनाच्या स्वरूपात दिलेले असतात. तेव्हा सर्वांत जास्त म्हणजेच कमाल वारंवारता असणाऱ्या वर्गांतराचा मध्य हा त्या प्राप्तांकाचे बहुलक होय.

या बहुलकास दर्शनी किंवा अंदाजी बहुलक म्हणण्याचे कारण म्हणजे आपण कमाल वारंवारता असणाऱ्या वर्गातराचा जो मध्य घेतो त्याची वारंवारता कमाल असेलच असे नाही.

२) खरे बहुलक (True Mode) : खरे बहुलक म्हणजे 'असा बिंदू किंवा शिखर की ज्यावर विभाजनातील जास्तीत जास्त केंद्रीकरण झालेचे असते.' अर्थात, प्राप्तांकाची वारंवारता इतर कोणत्याही प्राप्तांकापेक्षा जास्त असते. तो प्राप्तांक म्हणजे खरे बहुलक होय. प्राप्ताकांची संख्या खूप मोठी असेल व वर्गांतरे लहान घेतली असतील तर अंदाजी बहुलक आणि खरे बहुलक हे जवळ जवळ सारखेच असतात. वास्तविक पाहता खऱ्या बहुलकाचे नक्की मूल्य काढता येत नाही.

बहुलकाची वैशिष्ट्ये (Characteristics of Mode) :

१) व्यवहारातील अनेक क्षेत्रांत वापरली जाणारी ही केंद्रीय प्रवृत्ती आहे. उदा.एखाद्या उत्पादनाचा खप, मागणी व वापर यांची प्रातिनिधिक माहिती बहुलकाच्या साहाय्याने मिळविता येते.

२) दिलेल्या प्राप्तांकावर किंवा वारंवारता विभाजनावर फक्त दृष्टी फिरवून बहुलक सांगता येते. म्हणून यास तपासणी करून काढलेली सरासरी म्हटले जाते.

३) मध्यांकाप्रमाणे टोकाच्या प्राप्तांकाचा बहुलकावर परिणाम होत नाही.

४) अगदी टोकाचे असे काही प्राप्तांक माहीत नसले तरी बहुलक सांगता येते.

५) बहुलक इतके विश्वसनीय नाही प्राप्तांकात किंवा वर्गांतर लांबीत बदल केला तर बहुलक बदलते.

६) प्राप्तांकांच्या श्रेणीत एकही प्राप्तांक दोनदा आला नाही तर बहुलक सांगणे कठीण ठरते.

२.३ विलनाचा अर्थ (Meaning of Dispersion) :

प्रथम श्रेणीची माध्ये म्हणून (Averages of First Order) सरासरी 'मध्यमा आणि बहुलक' यांचा विचार केला जातो. केंद्रीय पद्धतीच्या सरासरीत आणि निरनिराळ्या पदात असणाऱ्या अंतराचे माध्य म्हणजे द्वितीय श्रेणीचे माध्य होय. नमुन्यात किंवा श्रेणीत जी पदमूल्यांची भिन्नता असते, त्याचे मापन संशोधनात करता येते. मापनासाठी विचनलाचा उपयोग करता येतो. विचलन म्हणजे घटकाच्या प्रतिनिधी पासून विस्कळीत होणे किंवा निरनिराळ्या पदांच्या मूल्यात पडणाऱ्या तफावतीच्या विस्ताराच्या मापाला विचनल म्हटले जाते. उदा. एखाद्या विद्यार्थ्याला B.A. च्या परीक्षेत प्रत्येक विषयात १०० पैकी परीक्षेत पुढील गुण मिळाले.

१.	इंग्रजी	-	५०	- ५
२.	मराठी	-	५५	0
३.	अर्थशास्त्र	-	६०	+ ५
४.	समाजशास्त्र	-	५२	- ३
५.	राज्यशास्त्र	-	५८	+ ३
				0
			एकूण गुण २७५	सरासरी ५५ टक्के

संबंधित विद्यार्थ्याला ५०० पैकी २७५ गुण मिळाले, म्हणजे सरासरी ५५टक्के आहे. फक्त मराठी विषयाचे ते प्रतिनिधित्व करते. इंग्रजीत आणि समाजशास्त्रात त्याला अनुक्रमे ५ आणि ३ कमी गुण असून अर्थशास्त्र आणि राज्यशास्त्र या विषयात अनुक्रमे ५ आणि ३ गुण जास्त आहेत. हे एककाच्या मध्य मूल्यापासूनचे अंतर म्हणजे 'विचलन' होय. थोडक्यात, निरनिराळ्या संख्येच्या मूल्यात पडणाऱ्या तफावतीला 'विचलन' म्हटले जाते.

विचलनाची विविध मापे

नमुन्याच्या मालिकेत दिलेली सर्व पदे सांख्यिकीय सरासरी पासून किती भिन्न आहेत हे विचलनावरून समजते. विचलनाची मुख्य मापे पुढीलप्रमाणे आहेत-

अ) सीमा विस्तार (Range)

ब) मध्य विचलन (Mean Deviation)

क) अंतर चतुर्थक विस्तार (Quartile Deviation)

ड) प्रमाण विचलन (Standard Deviation)

याचे स्पष्टीकरण पुढीलप्रमाणे करता येईल-

२.३.१ व्याख्या : सीमा विस्तार, मध्यविचलन अंतरचतुर्थक विस्तार, प्रमाण विचलन (Range, Median Deviation, Quartile Deviation, Standard Deviation

अ) सीमा विस्तार (Range)

कोणत्याही पदमालेत मोठ्यात मोठ्या आणि लहानात लहान मूल्यातील अंतराला 'विस्तार' म्हणतात. उपलब्ध पदमाला चढत्याक्रमाने मांडल्यास कमीत कमी मूल्य असणारी एक आणि जास्तीत जास्त मूल्य असणारी एक, अशा दोन संख्या मिळतात. त्यामधील अंतरास 'विस्तार' म्हणतात. हे विचलनाचे नवे सोपे माप आहे. यात मधली पदे विचारात घेतली जात नाहीत. अभ्यासासाठी

निवडलेल्या बारा नमुन्यांचे प्रतिमाह वेतन ३६०० रुपये आहे. नमुने एकाच वर्गाचे आहेत. या नमुन्यांपैकी 'अ' आणि 'ब' नमुन्याचे सविस्तर अध्ययन केल्यास 'अ' व्यक्तीवर पती, पत्नी या दोघांचीच व 'ब' व्यक्तीवर आई-वडील व दोन मुले-मुली अशा सहा जणांची जबाबदारी आहे. 'अ' कुटुंबातील प्रत्येक व्यक्तीचे सरासरी उत्पन्न ३६०० ÷ ३ = १२०० असून 'ब' कुटुंबाकडे ६ व्यक्ती असल्याने सरासरी उत्पन्न ६०० येते. ६०० आणि १२०० यातील अंतर म्हणजेच विचलन ६०० आहे.

ब) मध्य विचलन (Mean Deviation)

समांतर मध्यापासून विचलित पदाचे अंतर म्हणजे 'मध्य विचलन' होय. मध्य विचलन काढण्याची पद्धत पुढीलप्रमाणे-

व्यक्तीला मूलभूत गरजा अन्न, वस्त्र, निवारा यासाठी प्रतिव्यक्ती ४५० रुपये खर्च येतो असे मानले. मिळवत्या व्यक्तीला मासिक वेतनावर किती खर्च करावयाचा तो आधारभूत मानून मध्य विचलन काढता येते. क्ष आणि य या दोन कामगारांना दरमहा रु.२५०० वेतन मिळते. व्यक्ती आपल्या कुटुंबातील दोन सभासदांवर आपले रु.२५०० खर्च करते; म्हणजे प्रत्येकी रु. १२५० खर्च करते; पण मूलभूत गरजा भागविण्यासाठी रु. ४५० लागतात. ती व्यक्ती रु.१२५० खर्च करू शकते; म्हणजे रु. १२५०- रु.४५० = रु.८०० अतिरिक्त खर्च करते. यालाच मध्य विचलन म्हणता येते.

वैशिष्ट्ये

१) ही पद्धत मापनासाठी सोपी आहे. सामाजिक संशोधनात आणि अर्थशास्त्रीय संशोधनात त्याला विशेष महत्त्व आहे. मध्य आणि विचलन परस्परपूरक घटक आहेत. विचलन तथ्याच्या एका श्रेणीतील समानता, भिन्नता, तत्त्वांनी व्यक्त करते.

२) या पद्धतीत गणिती भाषेतील चिन्हे अधिक संभ्रम निर्माण करतात.

३) यातून येणारे सरासरीचे निष्कर्ष काटेकोर असत नाहीत. तथापि, ही पद्धती सर्वसाधारण संशोधन प्रक्रियेत संशोधन अहवालासाठी वापरली जाते.

क) अंतर चतुर्थक विस्तार (Quartile Deviation)

चतुर्थक विस्तार म्हणजे चतुर्थांशीय विस्तार होय. हे वारंवारता विस्ताराच्या ७५ टक्के आणि २५ टक्के यांच्या मध्यात असते. थोडक्यात, कोणत्याही श्रेणीचे

प्रथम चार भाग केले जातात. प्रत्येकाला १/४ भाग म्हटले जाते. मध्यकाआधारे डावीकडे दोन भाग व उजवीकडे दोन भाग येतात. चतुर्थक श्रेणीतील पहिला २५ टक्के घटक आणि शेवटचा २५ टक्के घटक वगळून राहिलेल्या घटकाचा विस्तार काढतात. त्यास २ ने भागतात. याला 'चतुर्थक विचलन' म्हणतात.

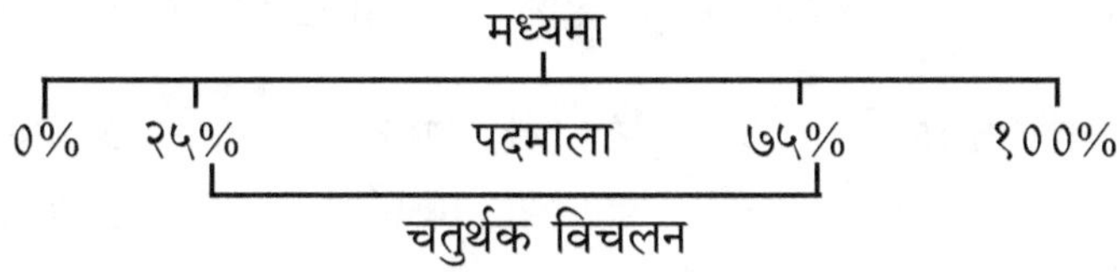

ड) प्रमाण विचलन (Standard Deviation)

प्रमाण विचलन माध्य विचलन पद्धतीत धन (+) आणि ऋण (–) चिन्हांचा विचार न करता सर्व विचलने धन (+) गणली जातात; पण ते शास्त्रीय व गणितीय मानले जात नाही. त्यासाठी या विचलनात चिन्हे विचारात घेण्याऐवजी त्याचे वर्ग केले जातात. थोडक्यात, माध्यापासून काढलेल्या विचलनाच्या वर्गाने बेरजेला पदांच्या संख्येने भागून आलेल्या संख्येच्या वर्गमुळाला 'प्रमाण विचलन' असे म्हणतात.

विचलनाचे महत्त्व (Importance of Deviation) :

सामाजिकशास्त्रातील संशोधनात विचलनाला महत्त्व आहे. सर्वेक्षण आणि सांख्यिकी संशोधनात विचलन महत्त्वाचे ठरते. मध्य आणि विचलन एकमेकांना पूरक आहे. विचलनाशिवाय मूल्याला महत्त्व नसते. मध्याद्वारे फक्त सरासरी समजते. त्यात काही वेळा कमी प्राप्तांक असणारे घटकसुद्धा असतात ते या गटात येतात त्यामुळे मध्य भ्रामक ठरतो. मात्र, विचलनामुळे विशिष्ट घटकाची वास्तव स्थिती समजते. त्यामुळे तथ्यांचे वास्तव आणि वस्तुनिष्ठ ज्ञानप्राप्तीसाठी विचलन महत्त्वाचे ठरते. विचलन तथ्याला समानता, भिन्नता, स्थिर तत्त्वे व्यक्त करते. समाजातील एकता, भिन्नता, नेतृत्व, कल कोणत्याही तथ्याच्या भविष्यासंबंधी अनुमानाच्या अभ्यासासाठी विचलनाचा उपयोग होतो.

२.४ संकल्पना : शेकडेवारी अथवा टक्केवारी (Concept : Percetages) :

'ज्या गुणोत्तरामध्ये अनुषंग (Consequent) नेहमी १०० असतो त्यास शेकडेवारी असे म्हणतात.'

शेकडेवारी म्हणजे दिलेल्या वारंवारिता विभाजनातील असा एक बिंदू की ज्या खाली विशिष्ट टक्के अथवा प्रतिशत गुणांक येतात.

Percentage या शब्दाचा उगम लॅटिन भाषेतील 'Percentum' या शब्दापासून झाला आहे. Centum म्हणजे शेकडा (शंभर). छेद १०० असलेल्या विशिष्ट प्रकारच्या गुणोत्तराला शेकडेवारी म्हणतात.

उदा. $\frac{५४}{१००}$ = शेकडा ५४ = ५४% % ही खूण टक्केवारी दर्शविते.

व्यवहारात शेकडेवारी अनेक ठिकाणी वापरली जाते आणि उपयोगासही येते. दुकानदार, व्यापारी, छोटे-मोठे उद्योजक यांच्यासाठी नफा, तोटा, कमिशन, सूट, दलाली ही सर्व शेकडेवारीमध्ये असते.

शेअर्समधील गुंतवणूक असेल तर लाभांश बँकेतील व पोस्टातील ठेवीदारांना व्याजदर हा टक्क्यांमध्येच सांगितला जातो. करांचे दर टक्क्यांमध्येच जाहीर केले जातात.

संशोधनामध्ये विशेषतः क्षेत्रीय पाहणीत प्रश्नावलीच्या साहाय्याने माहिती गोळा केली जाते. त्या माहितीवरून सारणी/तक्ते तयार केले जातात व माहितीचा तक्त्यात समावेश केलेल्या उत्तराचे टक्केवारीत उत्तरे मिळतात व ती निष्कर्षासाठी उपयोगी ठरतात. त्यामुळे संशोधनात शेकडेवारी/टक्केवारीचा उपयोग मोठ्या प्रमाणात होताना दिसून येतो.

शेकडेवारी म्हणजे शंभरावा भाग. समजा X ही शेकडेवारी आहे तर लिहिताना आपण X % असे लिहितो. उदा. ७% म्हणजे शंभरपैकी ७

उदा. रामने एका परीक्षेत ९०० पैकी ७२० गुण मिळविले तर शेकडा किती गुण मिळविले?

रामने मिळविलेले शेकडा गुण = $\frac{७२०}{९००} \times १०० = ८०\%$

वाढ आणि घट संबंधी

जर एखाद्या वस्तूची किंमत R टक्के वाढली तर उपभोगातील घट काढताना पुढील सूत्र वापरतात. (खर्च न वाढता)

$$\left\{\frac{R}{१००+R} \times १००\right\}\%$$

जर एखाद्या वस्तूची किंमत R टक्के कमी झाली तर उपभोगातील वाढ काढताना पुढील सूत्र वापरतात. (खर्च कमी न करता)

$$\left\{\frac{R}{१००-R}\times १००\right\}\%$$

उदा. कॉफीची किंमत जर २० टक्क्याने वाढली तर उपभोक्ते आपल्या खर्चात वाढ करणार नाहीत असे गृहीत धरून कॉफीची मागणी कितीने (किती टक्क्यांनी) कमी करतील?

$$\text{उपभोगातील घट} = \left\{\frac{२०}{१००+२०}\times १००\right\}\%$$

$$= १६\frac{२}{३}\%$$

२) साखरेची किंमत २० टक्क्याने कमी झाली तर आपला उपभोगावरील खर्च कमी न करता उपभोक्ते साखरेची मागणी कितीने वाढवतील?

$$\text{उपभोगातील वाढ} = \left\{\frac{२०}{१००-२०}\times १००\right\}\% = २५\%$$

लोकसंख्येबाबत :

जर सध्याची लोकसंख्या P मानली आणि लोकसंख्या वाढीचा दर R टक्के मानला तर

$$n \text{ वर्षाची लोकसंख्या} = P\left(१+\frac{R}{१००}\right)^{n}$$

$$n \text{ वर्षांपूर्वीची लोकसंख्या} = \frac{P}{\left(१+\frac{R}{१००}\right)^{n}}$$

उदा. एका गावाची लोकसंख्या दरवर्षी ५ टक्के दराने वाढते आहे. सध्याची लोकसंख्या १७६४०० असेल तर दोन वर्षांनंतर त्या गावाची लोकसंख्या किती असेल. दोन वर्षांपूर्वी किती होती?

$$* \ २ \text{ वर्षांनंतरची लोकसंख्या} = १७६४००\left(१+\frac{५}{१००}\right)^{२}$$

$$= १७६४०० \times \frac{२१}{२०} \times \frac{२१}{२०} = १९४४८१$$

$$* \text{ २ वर्षांपूर्वीची लोकसंख्या} = \frac{१७६४००}{\left(१+\frac{५}{१००}\right)^{२}}$$

$$= \left[१७६४०० \times \frac{२०}{२१} \times \frac{२०}{२१}\right] = १६००००$$

संशोधनात क्षेत्रीय पाहणी (प्राथमिक स्रोत) द्वारे संकलित केलेल्या माहितीच्या आधारे (प्रश्नावलीच्या आधारे) सारणी/तक्ते तयार करून टक्केवारी/शेकडेवारी दर्शविता येते, त्या दृष्टीने शेकडेवारीला महत्त्व असते.

उदा. नालाबंडिंग व शेततळी उपयुक्ततेबाबत

अ.नं.	उपयुक्ततेचा तपशील	संख्या	टक्के
१	नालाबंडिग	८०	६६.६७
२	शेततळी	१७	१४.१६
३	उत्तर दिले नाही	१३	१०.८४
४	नाही	१०	८.३३
	एकूण	१२०	१००.००

संदर्भ – क्षेत्रीय पाहणी

अशारीतीने प्राथमिक स्रोताद्वारे संकलित केलेल्या माहितीच्या आधारे टक्केवारी दर्शविता येते. संशोधनात टक्केवारीला अनन्यसाधारण महत्त्व आहे.

तसेच द्वितीय स्रोताद्वारेसुद्धा सारणी तयार करून टक्केवारी दर्शविता येते. अशारीतीने संशोधनात सादरीकरण करताना टक्केवारी उपयोगात आणली जाते.

आधार सामग्रीचे वर्गीकरण (Classification) :

सामग्री अर्थपूर्ण होण्यासाठी तिची व्यवस्थित मांडणी करणे आणि वेगवेगळ्या गटांत अथवा वर्गात विभागणी करणे या प्रक्रियेला सामग्रीचे वर्गीकरण (Classification of Data) असे म्हणतात अथवा वारंवारता वर्गीकरण (Frequency Distribution) असे म्हणतात.

प्राथमिक आणि द्वितीयक अशा दोन्ही स्त्रोतामधून माहिती मिळते यातून आपण आकडेवारी (Data) मिळवतो. ही माहिती मिळाल्यानंतर त्या माहितीचे विश्लेषण करावे लागते. तसेच सांख्यिकीचे वर्गीकरण करावे लागते. संग्रहित माहितीची थोडक्यात केलेली मांडणी म्हणजे वर्गीकरण होय. गट अथवा वर्गात विभागणी करणे म्हणजे वर्गीकरण होय. माहितीच्या अथवा आकडेवारीच्या वैशिष्ट्यांच्या आधारावर माहिती अथवा आकडेवारी ही वर्ग अथवा गटात मांडण्याची प्रक्रिया होय. वर्गीकरण्याचे स्वरूप हे अभ्यासाच्या स्वरूपावर अवलंबून असते.

वर्गीकरण केलेल्या माहितीची नोंद पुढीलप्रमाणे केली जाईल–

२०१०–११ मधील राष्ट्रीय उत्पन्नातील हिस्सा	
क्षेत्राचे नाव	**टक्के**
प्राथमिक क्षेत्र	१४.३
द्वितीय क्षेत्र	२७.९
सेवा क्षेत्र	५७.८

वर्गीकरणाच्या व्याख्या (Definition of Classification)

१. डी.एन.एलहान्स (D.N.Elhance) यांच्या मते, 'सादृश्यता आणि समानता यानुसार सामग्री अथवा तथ्यांना गट किंवा वर्गात व्यवस्थित करण्याची प्रक्रिया म्हणजे वर्गीकरण होय.'

२. कोन्नोर (Connor) यांच्या मते, 'सामग्री अथवा तथ्यांना समानता आणि जवळीकता या आधारावर गट किंवा वर्गात क्रमबद्ध करण्याची अणि व्यक्तिगत एककाच्या भिन्नतेमध्ये आढळून येणाऱ्या गुणांची एकात्मता प्रगट करण्याची वर्गीकरण ही एक प्रक्रिया आहे.'

वरील व्याख्यांवरून असे दिसून येते की, संकलित माहिती अथवा तथ्यांना समानता अथवा भिन्नता या आधारावर काही निश्चित गटांत किंवा वर्गात विभाजित करण्याची वर्गीकरण ही एक प्रक्रिया आहे. त्यामुळे माहिती अथवा तथ्ये अधिक स्पष्ट होतात. त्यांचे सारणीकरण किंवा कोष्टक करणे सुलभ जाते.

वर्गीकरणाचे उद्देश

१) समान–असमान गुणांच्या संख्यांचा विचार करण्यासाठी लाखो संख्यांची विभागणी कमी वर्गात केली जाते.

२) तुलना करण्यासाठी वर्गीकरण उपयोगी पडते.
३) महत्त्वाच्या संख्या दृष्टिक्षेपात येण्यासाठी उपयोगी ठरते.
४) महत्त्वाच्या माहितीची नोंद घेऊन कमी महत्त्वाची माहिती गाळण्यासाठी वर्गीकरण उपयोगी पडते.
५) पुढील सांख्यिकी प्रक्रियेसाठी वर्गीकरण उपयुक्त ठरते.

२.५ संकल्पना : वारंवारता विभाजन, संचित वारंवारता, वर्गसीमा, मध्यबिंदू, वर्गांतर (Frequency Distribution, Cumulative Frequencies, Class Bondaries, Class-width)

सामग्रीची व्यवस्थित मांडणी केली आणि वेगवेगळ्या गटात किंवा वर्गात विभागली असता ती अर्थपूर्ण होईल ह्या प्रक्रियेला सामग्रीचे वर्गीकरण (Classification of Data) किंवा वारंवारता वितरण (Frequency Distribution) म्हणतात.

उदा. एका परीक्षेत पाबळ, जि. पुणे येथील महाविद्यालयातील ६० विद्यार्थ्यांनी मिळविलेले गुण (८० पैकी) खालीलप्रमाणे आहेत.

५२, ५६, ५५, ५५, ५०, ४०, ५४, ५८, ३३, ५६, ४९, ४६
४०, ५०, ३८, २८, १५, ४२, ३३, ५२, ४८, ७२, ५२, ५०
३३, ५६, ७०, २३, ३८, ३८, ५४, ३८, १५, ६१, ५०, २८
५८, ५२, ४०, ५०, ५६, ७४, ४२, ५५, ४०, ४२, ४०, २८
४०, ५४, ४५, ४०, ६१, ५४, ६७, ४६, ४६, ४०, ३८, ४८

वरील कच्ची सांख्यिकी माहिती आहे. आपणाला खालील माहिती हवी असेल–

१) कमीत कमी किती गुण मिळविलेले आहेत?
२) जास्तीत जास्त किती गुण मिळविलेले आहेत?
३) गुणांचा विस्तार काय आहे?
४) चौथा गुणानुक्रमे असणाऱ्या विद्यार्थ्यास किती गुण मिळाले आहेत?
५) किती मुलांना २६ पेक्षा कमी गुण मिळाले आहेत?
६) किती मुलांनी ५६ पेक्षा जास्त गुण मिळविले आहेत?
७) किती विद्यार्थ्यांनी ४४ पेक्षा जास्त गुण मिळविले आहेत?
८) विद्यार्थ्यांचे सरासरी गुण किती आहेत?

या कच्च्या सामुग्रीपासून हवी ती माहिती मिळविण्यासाठी प्रथम त्या सामग्रीची

व्यवस्थित मांडणी करावी लागेल. त्यासाठी सामग्रीचे वर्गीकरण करणे, सारणी तयार करणे, आलेख काढणे इ. सांख्यिकी पद्धती वापराव्या लागतील.

सांख्यिकी माहिती चढत्या अथवा उतरत्या क्रमाने मांडणे :

वरील कच्ची सामग्रीमधील गुण चढत्या क्रमाने खाली दिले आहेत.

सारणी/(तक्ता) २.१

१५,	१५,	२३,	२८,	२८,	२८,	३३,	३३,	३३,	३८,	३८,	३८
३८,	३८,	४०,	४०,	४०,	४०,	४०,	४०,	४०,	४०,	४२,	४२
४२,	४५,	४६,	४६,	४६,	४८,	४८,	४९,	५०,	५०,	५०,	५०
५०,	५२,	५२,	५२,	५२,	५४,	५४,	५४,	५४,	५५,	५५,	५५
५६,	५६,	५६,	५६,	५८,	५८,	६१,	६१,	६७,	७०,	७२,	७४

वरील सारणीवरून आपल्याला काही माहिती मिळते. कमीत कमी आणि जास्तीत जास्त गुण अनुक्रमे १५ व ७४ आहेत. सामग्री १५ पासून ७४ पर्यंत विस्तारली आहे. चौथा गुणानुक्रम असणाऱ्या विद्यार्थ्याचे गुण ६७ आहेत. काही विद्यार्थ्यांना समान गुण आहे. ४० गुण ८ विद्यार्थ्यांना मिळाले आहेत. ४६ गुण असणारे ३ विद्यार्थी आहेत. तीन विद्यार्थ्यांना २६ पेक्षा कमी गुण आहेत.

अवर्गीकृत वारंवारता वितरण सारणी (Ungrouped Frequency Distribution Tables) :

पुढे दिलेल्या सारणी २.२ मध्ये वरील माहितीवरून आपण खालीलप्रमाणे वारंवारता Frequency Distribution Table वितरण सारणी तयार करू शकतो.

सारणी/(तक्ता) २.२

गुण	ताळ्यांच्या खुणा	वारंवारता (F)
१५	॥	२
२३	।	१
२८	॥।	३
३३	॥।	३
३८	~~॥॥~~	५

४०	卌 ॥।	८
४२	॥।	३
४५	।	१
४६	॥।	३
४८	॥	२
४९	।	१
५०	卌	५
५२	॥॥	४
५४	॥॥	४
५५	॥।	३
५६	॥॥	४
५८	॥	२
६१	॥	२
६७	।	१
७०	।	१
७२	।	१
७४	।	१
एकूण		**N = ६०**

१) सांख्यिकी माहितीतील सर्वात लहान संख्येपासून ते सर्वात मोठ्या संख्येपर्यंत सर्व संख्या एकाखाली एक अशा पहिल्या स्तंभात लिहितात. आपण १५, १६, १७.... ७४ लिहिल्या.

२) दिलेल्या सामग्रीतील संख्या वाचनास सुरुवात करावी. उदा. १५ ही संख्या किती वेळा आणि तेवढ्या खुणा दुसऱ्या स्तंभात कराव्यात. '।' या खुणेला 'ताळ्याची खूण' (Tally Mark) म्हणतात. ताळ्यांच्या खुणा करण्याची पद्धती म्हणजे

चार उभ्या रेषा आखल्यानंतर पाचव्या संख्येसाठी एक आडवी/तिरपी रेषा काढतात. जसे '卌' सात ताळ्यांच्या खुणा '卌 ||' अशा लिहितात. ताळ्यांच्या खुणा मोजून ती संख्या तिसऱ्या स्तंभात लिहितात. या प्रत्येक संख्येला संबंधित सामग्रीतील नोंदीची वारंवारता (Frequency) म्हणतात. वारंवारता F या अक्षराने दर्शवितात. येथे ४0 या नोंदीची वारंवारता ८ आहे.

वारंवारतेची बेरीजही सामुग्रतील एकूण नोंदीएवढी असते. ती N ने दर्शवितता. म्हणून वरील उदाहरणात N = 60 आहे.

$N = \sum f$ याचा अर्थ N ही सर्व f यांची बेरीज आहे. अशा वारंवारता वितरण सारणीतून सांख्यिकीय माहिती चांगल्या प्रकारे प्रस्तूत करता येते.

वरील सारणीत आठ विद्यार्थी असे आहेत की त्यांना ५६ पेक्षा जास्त गुण मिळालेले आहेत. यासाठी वर्गीकृत (Grouped) वारंवारता वितरण सारणी तयार करतात.

वर्गीकृत वारंवारता वितरण सारणी (Grouped Frequency Distribution Tables) :

समावेशक पद्धती (inclusive method) कच्ची सारणी आपण सारणी/(तक्ता) २.१ आणि २.२ तयार केल्या आहेत. त्यातील गुण वेगवेगळ्या गटात विभागावयाचे आहेत. त्यातील गुण वेगवेगळ्या गटात विभागावयाचे आहेत. येथे सर्वात लहान संख्या १५ जास्त सर्वात मोठी संख्या ७४ आहे. सामग्रीतील सर्वात मोठी आणि सर्वात लहान संख्येतील अंतरास सामग्रीचा विस्तार (Range) असे म्हणतात. सारणी २.१ मधील सामग्रीचा विस्तार ७४ – १५ = ५९ आहे. दिलेल्या संख्यांचे (प्राप्तांकाचे) विशिष्ट गट तयार करता येतील.

उदा. १५ ते २४, २५ ते ३४ .... ज्याना वर्ग (Class & Class Intervales) म्हणतात. दिलेल्या सामग्रीतील १५ व २३ या संख्या १५ ते २४ या वर्गात येतात. ४५, ४६, ४८, ४९, ५0, ५२, ५४ या संख्या ४५ ते ५४ या वर्गात येतात. (आपण 'ते' हा शब्द लिहिण्या ऐवजी ४५–५४ असे लिहितो.)

ताळ्यांच्या खुणांचा वापर करून दिलेली कच्ची सामग्री किंवा सारणी २.१ साठी खालील गुणांची वारंवारता वितरण सारणी आपण करू. वर्गीकृत वारंवारता वितरण सारणीत संख्येची नोंद ती ज्या वर्गात आहे. त्यासमोर ताळ्याच्या खुणेने करतात.

सारणी/(तक्ता) २.३ वर्गीकृत वारंवारता वितरण सारणी

वर्ग	तळ्यांच्या खुणा	वारंवारता (f)
१५ - २४	|||	३
२५ - ३४	~~||||~~ |	६
३५ - ४४	~~||||~~ ~~||||~~ ~~||||~~ |	१६
४५ - ५४	~~||||~~ ~~||||~~ ~~||||~~ ~~||||~~	२०
५५ - ६४	~~||||~~ ~~||||~~ |	११
६५ - ७४	||||	४
एकूण		**N = ६०**

१५ ते २४ च्या दरम्यान गुण मिळविणारे ३ विद्यार्थी आहेत. ४५ ते ५४ च्या दरम्यान गुण मिळविणारे २० विद्यार्थी आहेत. इ. येथे २० + ११ + ४ = ३५ विद्यार्थ्यांनी ४४ पेक्षा जास्त गुण मिळविले आहेत.

वरील सारणीत (२.३)

१) गट १५ ते २४, २५ ते ३४, ... जे १५-२४, २५-३४ असे लिहिले जाते. यांना वर्ग (Classes) असे म्हणतात.

२) १५ - २४ या वर्गात, १५ व २४ ला वर्ग मर्यादा (Class-limits) १५ ला खालची वर्ग मर्यादा (lower class limit) आणि २४ ला वरची वर्ग मर्यादा (Upper Class Limit) म्हणतात. या पद्धतीने आपण प्रत्येक वर्गाची खालची व वरची वर्ग मर्यादा ठरवू शकतो.

३) सारणीवरून असे दिसून येते की, १५ ते २४ या वर्गात ३ नोंदी आहेत. ३ संख्येला १५ ते २४ या वर्गाची वारंवारता (Frequency) म्हणतात. त्याचप्रमाणे २५-३४ या वर्गाची वारंवारता ६ आहे इ.

४) लगत येणाऱ्या दोन वर्गांच्या खालच्या वर्गमर्यादा (किंवा वरच्या वर्गमर्यादा) यांच्यातील अंतरास वर्गांतर किंवा वर्ग-अवकाश (Class-width/the Length of Class/Size of Class) असे म्हणतात.

५) खालच्या आणि वरच्या वर्ग मर्यादेचा अंकगणितीय मध्य (म्हणजे सरासरी) यास त्या वर्गाचा मध्य (Midpoint) म्हणतात.

$$\text{वर्गमध्ये} = \frac{\text{वर्गाची खालची मर्यादा + वर्गाची वरची मर्यादा}}{२}$$

म्हणून १५–२४ या वर्गाचा मध्ये १५ + २४ = १९.५ हा आहे. त्याचप्रमाणे २५ ते ३४ या वर्गाचा वर्गमध्य २९.५ आहे इ. वर्ग आणि त्यांचे वर्गमध्ये सारणी २.४ मध्ये दर्शविली आहे. लक्षात घ्या की, लगतच्या दोन वर्ग मध्यातील अंतर हा वर्ग अवकाश आहे.

सारणी/(तक्ता) २.४

वर्ग/गट	वर्गमध्य
१५–२४	१९.५
२५–३४	२९.५
३५–४४	३९.५
४५–५४	४९.५
५५–६४	५९.५
६५–७४	६९.५

वर्ग किंवा गट सीमा (Class Bondaries) :

वर्गीकृत वारंवारता वितरण सारणी २.३ आहे. तर तेथे वर्गाची वरची मर्यादा आणि त्यानंतर येणाऱ्या वर्गाची खालची मर्यादा यांच्यामध्ये १ चा अवकाश/अंतर आहे. आपण तिला सलग वर्गात रूपांतरित करू शकतो. आणि ते ही वर्गमध्य, वर्ग अवकाश आणि वारंवारता यांचा बदल न करता, त्यासाठी एका वर्गाची वरची मर्यादा आणि त्याच्या पाठोपाठ येणाऱ्या वर्गाची खालची मर्यादा घेऊन त्यांच्या मध्यावर येणाऱ्या संख्येला त्या वर्गाची खरी वरची मर्यादा किंवा खरी वरची सीमा म्हणतात. आणि त्यालाच त्यानंतर येणाऱ्या वर्गाची खरी खालची मर्यादा किंवा खरी खालची सीमा म्हणतात.

उदा. सारणी २.३ मध्ये १५–२४ या वर्गाची खरी वरची मर्यादा

$$= \frac{२४|२४}{२} = २४.५ = \text{२५ ते ३४ या वर्गाची खरी खालची मर्यादा}$$

पुढीलप्रमाणे

आपणास १४.५ – २४.५, २४.५ – ३४.५, …….. ६४.५ – ७४.५ असे सलग वर्ग मिळतात.

सारणी/(तक्ता) २.३ वरून वर्गीकृत वारंवारता सारणी सलग वर्गासाठी तयार करता येईल.

सारणी/(तक्ता) २.५

वर्ग/गट	वर्गमध्य	वारंवारता (f)
१४.५ - २४.५	१९.५	३
२४.५ - ३४.५	२९.५	६
३४.५ - ४४.५	३९.५	१६
४४.५ - ५४.५	४९.५	२०
५४.५ - ६४.५	५९.५	११
६४.५ - ७४.५	६९.५	४

उदा. १ : खालील सामग्रीत एका वर्गातील ३० विद्यार्थ्यांची उंची (सेमी मध्ये) दिली आहे.

१५८.२	१५३.४	१६०.६	१५९.२	१६२.५	१६३.७
१६२.२	१६७.४	१५०.४	१६२.८	१५४.२	१५९.९
१५१.२	१५४.३	१५८.९	१५९.२	१५९.०	१५०.३
१६१.२	१६७.५	१६०.२	१५२.३	१५४.२	१६४.२
१६२.०	१५३.४	१६८.३	१५९.२	१५७.२	१६८.४

१५०-१५३, १५३-१५६, ... असे वर्ग/गट घेऊन या सामग्रीची वारंवारता वितरण सारणी/(तक्ता) तयार करा.

उत्तर :

सारणी/(तक्ता) २.६ वर्गीकृत वारंवारता वितरण

वर्ग/गट उंची सें.मी.	वर्गमध्य	ताळ्यांच्या खुणा	वारंवारता
१५० - १५३	१५१.५	|||	३
१५३ - १५६	१५४.५	|||||	४
१५६ - १५९	१५७.५	~~||||~~	५
१५९ - १६२	१६०.५	~~||||~~ |||	८
१६२ - १६५	१६३.५	~~||||~~ |	६
१६५ - १६८	१६६.५	||	२
१६८ - १७१	१६९.५	||	२

संचित वारंवारता (Cumulative Frequency) :

जेव्हा पहिल्या मूल्याच्या वारंवारितेत दुसऱ्या मूल्याची वारंवारिता व दुसऱ्याच्या मूल्यात तिसऱ्या मूल्याची वारंवारिता मिळविली असता जे मूल्य मिळते त्यास 'संचित वारंवारिता' (Cummulative Frequency) म्हणतात. थोडक्यात **वारंवारितेची बेरीज म्हणजे संचित वारंवारिता होय.**

संचित वारंवारिता दोन पद्धतीने काढली जाते.

१) च्या पेक्षा कमी पद्धत, २) च्या पेक्षा जास्त पद्धत

सामग्रीमध्ये कोणताही प्राप्तांक X पेक्षा लहान किंवा X इतक्या एकूण नोंदी किती आहेत हे सांगता येते. या संख्येत X शी संबंधीत च्या पेक्षा कमी प्रकारची संचित वारंवारता म्हणतात. म्हणजेच च्या पेक्षा कमी संचित वारंवारिता ठराविक वर्गाच्या वरच्या वर्गमर्यादेसाठी ही त्या वर्गाची वारंवारता आणि त्यापूर्वीच्या सर्व वर्गाच्या वारंवारता यांची बेरीज असते.

सारणी/(तक्ता) २.३ पासून केलेली खालील सारणी/(तक्ता) २.७ ही संचित वारंवारता सारणी आहे.

सारणी/(तक्ता) २.७

वर्ग (गुण)	वारंवारता (विद्यार्थी संख्या)	संचित वारंवारता (पेक्षा कमी)
१५-२४	३	३
२५-३४	६	३ + ६ = ९
३५-४४	१६	९ + १६ = २५
४५-५४	२०	२५ + २० = ४५
५५-६४	११	४५ + ११ = ५६
६५-७४	४	५६ + ४ = ६०
एकूण	**६०**	

सारणी/(तक्ता) २.७ मध्ये पहिला स्तंभ 'पेक्षा कमी' हा शब्द समुदाय वरच्या वर्गमर्यादेला जोडून पुढे घेता येतो.

दुसऱ्या पद्धतीची/प्रकारची संचित वारंवारता 'च्या पेक्षा जास्त' प्रकारची

वापरली जाते. X पेक्षा जास्त प्राप्तांकाच्या एकूण नोंदी किती आहेत त्या संख्येला X ची च्या पेक्षा जास्त संचित वारंवारता म्हणतात. म्हणजेच ठराविक वर्गाच्या खालच्या वर्गमर्यादेची 'पेक्षा जास्त संचित वारंवारता' ही त्या वर्गाची वारंवारता आणि त्यानंतरच्या सर्व वर्गांच्या वारंवारता यांची बेरीज असते. खाली दिलेली सारणीत २.८ या प्रकारची संचित वारंवारता दर्शविते. जी सारणी २.३ च्या सामग्रीवरून तयार केलेली आहे.

सारणी/(तक्ता) २.८

वर्ग/गट (गुण)	वारंवारता (विद्यार्थी संख्या)	संचित वारंवारता पेक्षा जास्त
१५ - २४	३	५७ + ३ = ६०
२५ - ३४	६	५१ + ६ = ५७
३५ - ४४	१६	३५ + १६ = ५१
४५ - ५४	२०	१५ + २० = ३५
५५ - ६४	११	४ + ११ = १५
६५ - ७४	४	४

अशा सारणीत वर्ग/गट आणि त्यांची वारंवारता यांची नोंद केली जाते. येथे संचित वारंवारता तळापासून वर लिहिण्याची पद्धत आहे. शेवटचा वर्ग ६५ - ७४ आहे आणि त्यांची वारंवारता ४ आहे. म्हणून या वर्गाची संचित वारंवारता ४ आहे. त्यापूर्वीचा ५५ - ६४ हा वर्ग/गट आहे आणि त्याची वारंवारता ११ आहे. म्हणून त्या वर्गाची/गटाची संचित वारंवारता ४ + ११ = १५ आहे. याप्रमाणे.....

उदा. २ सारिका सूतिका गृहात एका महिन्यातील वेगवेगळ्या दिवशी जन्मलेल्या मुलांच्या संख्या खालीलप्रमाणे आहेत.

१, २, ४, ३, ४, २, ०, ४, १, ५, ३, ३, ४, ०, ३,

५, ४, ५, ४, ६, १, ५, २, ३, २, ६, ५, ४, ३, ४

वरील सामग्रीची 'च्या पेक्षा कमी संचित वारंवारिता' वितरण सारणी तयार करा.

उत्तर :

सारणी/(तक्ता) २.९

जन्मसंख्या	ताळ्यांच्या खुणा	वारंवारता (f)	संचित वारंवारता (पेक्षा कमी)
०	II	२	२
१	III	३	२ + ३ = ५
२	IIII	४	५ + ४ = ९
३	卌 I	६	९ + ६ = १५
४	卌 III	८	१५ + ८ = २३
५	卌	५	२३ + ५ = २८
६	II	२	२८ + २ = ३०

प्रश्न

प्र. १ खालील प्रश्नांची एका वाक्यात उत्तरे लिहा.

१) मध्यमान म्हणजे काय?

२) मध्यांक म्हणजे काय?

३) बहुलक म्हणजे काय?

४) सीमा विस्तार म्हणजे काय?

५) वर्ग सीमा म्हणजे काय?

प्र. २ खालील प्रश्नांची थोडक्यात उत्तरे लिहा.

१) केंद्रीय प्रवृत्तीची परिमाणे म्हणजे काय?

२) मध्यमान म्हणजे काय?

३) बहुलक म्हणजे काय?

४) सीमा विस्तार म्हणजे काय?

५) मध्य विचलन म्हणजे काय?

६) प्रमाण विचलन म्हणजे काय?

७) शेकडेवारी म्हणजे काय?

८) वारंवारता विभाजन म्हणजे काय?

९) वर्गांतर म्हणजे काय?

प्र. ३ प्रत्येकी २०० शब्दात उत्तरे लिहा.

१) केंद्रीय प्रवृत्तीची परिमाणे विशद करा.

२) मध्यमान आणि मध्यांक स्पष्ट करा.

३) सीमा विस्तार, मध्य विचलन, अनंत चतुर्दशक विस्तार स्पष्ट करा.

४) वारंवारता विभाजन आणि संचित वारंवारता स्पष्ट करा.

प्र. ४ खालील प्रश्नांची २५० ते ३०० शब्दात उत्तरे लिहा.

१) मध्यमान, मध्यांक व बहुलक विषद करा.

२) विचलनाचा अर्थ सांगून सीमा विस्तार, मध्य विचलन, प्रमाण विचलन विषद करा.

३) शेकडेवारी विशद करा.

प्रकरण – ३

संशोधन अहवाल

(Research Report)

३.१ प्रास्ताविक
३.२ संशोधन अहवालाचा अर्थ
३.३ संशोधन अहवाल लेखनाची उद्दिष्टे
३.४ व्यष्टी अथवा एकक अथवा वैयक्तिक अथवा घटकाभ्यास पद्धती संकल्पना
३.५ चांगल्या अथवा आदर्श अहवाल लेखनाची वैशिष्ट्ये
३.६ संशोधन अहवालाचे प्रकार
३.७ संकल्पना : i) परिशिष्ट्ये ii) साहित्याचा परामर्श iii) संदर्भसूची आणि संदर्भ, iv) शिफारशी, v) गृहीत कृत्याची सत्यासत्यता पडताळणे.

३.१ प्रास्ताविक (Introduction) :

अर्थशास्त्र, समाजशास्त्र, व्यापार, कृषी, मानसशास्त्र, शिक्षणशास्त्र इत्यादी सामाजिक शास्त्रांमधील संशोधनलेखनाची पद्धती सारखी असली तरी सांख्यिकी पद्धतीचा उपयोग हा अहवाल परिचयकारकरीत्या मांडण्यासाठी केला जातो. थोडक्यात, अहवाल लेखनात संख्यात्मक माहिती तक्त्यांच्या स्वरूपात अगर वर्गीकृत स्वरूपात मांडलेली आढळते.

शास्त्रीय स्वरूपाच्या अहवाल लेखनामध्ये ठरावीक पद्धतीने विविध बाबींचा विचार केला जातो आणि त्यामुळे संशोधनलेखन हे शास्त्र मानले जाते. शास्त्र स्वरूपातील संशोधन अहवाल विषयपरत्वे भिन्न असले तरी त्यांचा ढाचा एकच असतो.

अहवाललेखन ही संशोधनपद्धतीतील कला मानली जाते. संकलित केलेल्या माहितीचे विश्लेषण करताना संशोधकास स्वतःचे लेखन ठराविक साच्याऐवजी वेगळ्या आणि आकर्षक व परिणामकारकरीत्या करण्याचे स्वातंत्र्य असते. अहवाललेखन

शास्त्रशुद्ध स्वरूपात करताना आणि कलात्मकदृष्ट्या रंगवताना सांख्यिकी पद्धतीचा आधार घेतला जातो.

३.२ संशोधन अहवालाचा अर्थ (Meaning of Research Report) :

प्रा. हंसराज यांच्या मते, 'समाजाला केलेले परिणामकारक आणि हेतूपूर्वक निवेदन म्हणजे खरेखुरे अहवाल लेखन अथवा संशोधन अहवाल होय.'

सामाजिकशास्त्र विषयक संशोधनात आणि शास्त्रीय संशोधनात अहवाल लेखन महत्त्वाचे मानले जाते. कोणत्याही संशोधन अभ्यासात अहवाल लेखन महत्त्वाचा घटक मानला जातो. संशोधनपर केलेल्या प्रबंध लेखनात 'अहवाल' ही महत्त्वाची आणि शेवटची अवस्था आहे. अशा प्रकारच्या तांत्रिक अहवालात अगर सर्वसामान्य अहवालात शास्त्रीय स्वरूपाची लेखनपद्धती किंवा कलात्मक स्वरूपाची लेखनपद्धती आशय मांडण्यासाठी उपयुक्त ठरते.

अहवाललेखन ही एक पद्धती असून त्याचे एक विशिष्ट तंत्र आहे. त्याच्या मदतीने संशोधन किंवा अध्ययनाच्या समस्येच्या संदर्भात क्रमबद्ध ज्ञान प्राप्त केले जाते. त्यामध्ये अनुभवावर आधारित यथार्थ तथ्यांच्या संदर्भात निष्पक्षपातीपणे क्रमबद्ध ज्ञान प्राप्त केले जाते.

सामाजिकशास्त्राच्या सुरुवातीपासून तर आजच्या काळापर्यंत विविध विषयांच्या लेखनामध्ये पारंपरिक पद्धतीचा वापर केला जात आहे. प्रत्येक शास्त्राची एक अध्ययन वस्तू असते. त्याचे अध्ययन करण्यासाठी किंवा लेखन करण्यासाठी त्या विषयाच्या विशिष्ट अध्ययनपद्धती किंवा लेखनपद्धती असतात.

गुड आणि हॅट (Goode and Hatt) यांच्या मते, 'संशोधनप्रबंध तयार करणे हा संशोधनाचा अंतिम भाग आहे आणि त्याचा उद्देश इच्छुक वाचकांना अध्ययनातून काढण्यात आलेल्या परिणामांना समजू शकेल व स्वतःपुरता तरी संशोधनाच्या निष्कर्षाची प्रामाणिकता पडताळून पाहण्यायोग्य बनेल.'

ज्ञानाच्या कोणत्याही शाखेत नवीन तथ्यांच्या शोधासाठी काळजीपूर्वक केलेले अन्वेषण किंवा परीक्षण हे संशोधन आहे. संशोधन ही एक पद्धतशीर व वैज्ञानिक प्रक्रिया आहे. या प्रक्रियेत होत असलेले बदल अहवाललेखन पद्धती आधारे मांडले जातात.

अहवाल अथवा प्रबंधलेखन ही संशोधन प्रक्रियेतील महत्त्वाची आणि शेवटची अवस्था आहे. अहवाल अथवा प्रबंध लेखनात अभ्यासाची गृहीतकृत्ये, अभ्यासाची उद्दिष्टे, माहितीचे संकलन आणि माहितीचे विश्लेषण दिले जाते. अहवाल अथवा प्रबंध लेखनामुळे वाचकास संशोधनातील निष्कर्ष समजतात. संशोधनात पुनःसंशोधन

(Re-Search) केले जाते. कोणत्याही नवीन घटनेचे स्पष्टीकरण केले जाते. त्यामुळे ज्ञानात भर पडते. प्रबंधलेखन हा संशोधनाचाच भाग असतो आणि म्हणून तो वेगळा नाही. प्रबंधलेखन ही यांत्रिक प्रक्रिया नाही, परंतु ती एक कला आहे. त्यात कौशल्य अपेक्षित असते.

३.३ संशोधन अहवाल लेखनाची उद्दिष्टे (Objective of Report Writing) :

तांत्रिक अहवालात किंवा सर्वसाधारण अहवालात शास्त्रीयपद्धतीने किंवा अहवाललेखन ही कला आहे असे गृहीत धरून अहवाललेखन केलेले आढळते.

अहवाल लेखनामध्ये प्रामुख्याने उद्दिष्टे, गृहीतके, संशोधनपद्धती, माहिती विश्लेषण, निष्कर्ष आणि शिफारशी यांचा समावेश असतो.

प्रबंध लेखन अथवा अहवाल लेखन चिकित्सक अवस्था आहे.

अहवाल लेखनाची उद्दिष्टे पुढीलप्रमाणे सांगता येतील.

१. ज्ञानात भर घालणे : कोणतेही समाजशास्त्रीय संशोधन किंवा अर्थशास्त्रविषयक संशोधन पूर्वीच्या ज्ञानात भर घालणारे असते. त्यातून नवीन संकल्पना मांडल्या जातात. सामाजिक संशोधन अहवाल हे नवीन ज्ञान मिळविण्याचे व ते वृद्धिंगत करण्याचे एक साधन आहे. संशोधन विषयक अहवालाचे उद्देश ज्ञानवृद्धी करणे हा असतो. सामाजिक जीवन सतत परिवर्तित होत असते. सामाजिक, सांस्कृतिक परिस्थितीत परिवर्तन झाले, तर सामाजिक तथ्यात परिवर्तन होत असते. त्यामुळे पूर्वीच्या अहवालातील ज्ञानाची उपयोगिता सतत राहिल असे नाही, तर बदलत्या मूल्याप्रमाणे ज्ञानाची उपयोगिता समाज जीवनाला होईल. त्यानुसार त्याच्यात विकास घडवून आणणे हा अहवाल लेखनाचा एक उद्देश असतो.

२. संशोधन कार्याचे महत्त्व सर्वसामान्य व्यक्तीपर्यंत पोहोचणे : हे प्रमुख उद्दिष्ट आहे. संशोधन अहवाल भावी संशोधक, विद्यार्थी यांना नवीन संशोधनासाठी प्रेरणादायी असतो.

कोणत्याही तांत्रिक अहवालामध्ये किंवा सर्वसाधारण अहवालामध्ये सामाजिक जीवनाचा सर्वांगीण अभ्यास केलेला असतो. मानवी जीवनाची आर्थिक, सामाजिक, राजकीय व सांस्कृतिक अशी विविध कामे आहेत. कोणताही सामाजिक प्रश्न बहुविधअंगाने अभ्यासावा लागतो किंवा याबाबतचा अहवाल अंतर्शास्त्रीय दृष्टिकोनातून मांडावा लागतो. अशा अहवालाची भाषा साधी असते. त्यामुळे हे संशोधन सर्वसामान्य व्यक्तीपर्यंत पोहोचवता येते. पी.व्ही. यंग यांच्या मते, 'संशोधनाचा प्राथमिक उद्देश सामाजिक समस्या समजून घेणे व त्याद्वारे अधिक नियंत्रण प्राप्त करणे हा आहे.'

सामाजिक समस्या सोडवण्यासाठी अथवा त्यांची तीव्रता कमी करण्यासाठी अहवाल लेखनातून शास्त्रीयज्ञान उपलब्ध करून दिले जाते. त्याचा उपयोग प्रशासकीय अधिकारी, पोलीस यंत्रणा, नेते व सामाजिक कार्यकर्ते यांना आणि त्यांच्यामार्फत सामाजिक समस्या सोडविण्यासाठी होऊ शकते.

३. राष्ट्रीय सामाजिक धोरण निश्चितीस उपयुक्त : कोणत्याही सामाजिकशास्त्र विद्याशाखेतील एखाद्या जटिल सामाजिक समस्येवर संशोधकाने सखोल अभ्यास करून संशोधन तयार केलेले असते आणि त्यातील प्रमुख निष्कर्षांआधारे विविध समस्या सोडविण्यासाठी आवश्यक ती उपाययोजना दिलेली असते. थोडक्यात, अशा प्रकारच्या तांत्रिक अहवाल लेखनातून किंवा सर्वसाधारण अहवाल लेखनातून समाज विकासाच्या योजना योग्य प्रकारे राबविण्याची दिशा प्राप्त होते.

४. वस्तुस्थिती निदर्शक : सामाजिकशास्त्र विद्या शाखांतर्गत कोणत्याही सामाजिक समस्येचा सांगोपांग आणि सखोल अभ्यास करून मांडलेला तांत्रिक अहवाल शास्त्रशुद्ध स्वरूपातील असतो. सामाजिक समस्येबाबत त्यातून सत्य व वस्तुनिष्ठ स्थिती समजते. अशा तांत्रिक अहवालात संशोधकाला आपल्या इच्छा, भावना, विचार, दृष्टिकोन, मूल्य इत्यादी गोष्टींना कोणतेही स्थान न देता चिकित्सक व वस्तुनिष्ठ पद्धतीने मांडणी करावी लागते. विविध क्षेत्रांतील संशोधकांचे संशोधनकार्य अखंडपणे सुरूच असते. अशा वस्तुस्थिती निदर्शक अहवाल लेखनातून जिज्ञासू व्यक्तींना अनेक गोष्टींचे ज्ञान प्राप्त होते. अशा अहवाललेखनातून संशोधकाला त्या संशोधनात समाविष्ट असणाऱ्या कारणांचा शोध घेता येतो. त्यातूनच आजच्या गतिमान समाजातील बदलत्या सामाजिक परिवर्तनाचा सखोल अभ्यास करता येतो.

५. माहितीची प्रमाणभूतता तपासणी : कोणतेही संशोधन निरीक्षण, प्रश्नावली, सूची, अनुसूची आधारे मिळविलेल्या माहितीवर आधारलेले असते अशा पूर्वनियोजित उद्दिष्टाने एकत्रित केलेल्या माहितीचा अहवाललेखनात वापर केला जातो. अशा अहवाललेखनातील सांख्यिक संग्रहणाचे अनेक उद्देश असतात, त्यात एखाद्या नियमाची पडताळणी करता येते. सहसंबंध सांगता येतात, प्रश्न समजावून घेता येतात आणि अंदाज व्यक्त करता येतात.

६. भविष्यकालीन संशोधनात उपयुक्त : कोणत्याही सामाजिकशास्त्र विषयावरील संशोधन ही सातत्याने चालणारी प्रक्रिया आहे. प्रत्येक संशोधनात

निरीक्षणाआधारे निष्कर्ष काढले जातात. त्यांची सत्यासत्यता पडताळून संशोधनाची उपयुक्तता ठरविली जाते. त्यातून नवीन संशोधकांना नव्याने संशोधन करण्याची प्रेरणा मिळते.

'संशोधन म्हणजे नवीन ज्ञान प्राप्त करून घेण्यासाठी पद्धतशीरपणे केलेले प्रयत्न होय.' अशी रेडमन आणि मोरी यांनी संशोधनाची व्याख्या केली आहे.

सामाजिक संशोधन सातत्याने चालणारी प्रक्रिया आहे. त्यात कोणत्याही घटनेशी संबंधित व्यक्तींच्या परस्पर संबंधातील तत्त्वांचा आणि नियमांचा शोध घेतला जातो. त्यामुळे कालचे संशोधन आज बदलले जाते किंवा आजचे संशोधन उद्या कालबाह्य ठरते. म्हणून अहवाललेखन ही संशोधनाची महत्त्वाची प्रक्रिया मानली जाते.

७. अन्य संशोधकांना मार्गदर्शक : कोणतेही संशोधन शास्त्रशुद्ध स्वरूपात असते. त्यातून नवीन संशोधकांना प्रेरणा मिळते. संशोधक एखाद्या सामाजिक किंवा आर्थिक समस्येवर यथायोग्य तथ्य संकलनाधारे उपाय सुचवतो, तो व्यवहार्य असेल तर समाजास फायदा होतो.

कोणतेही संशोधन परिपूर्ण असतेच असे नाही. त्यामुळे त्या विशिष्ट संशोधनाचे अहवाललेखन पूर्ण करण्यासाठी नवोदित संशोधकांना प्रेरणा देण्याचे कार्य हा संशोधन अहवाल करीत असतो. कित्येकदा अशा संशोधन लेखनात विशिष्ट समूह प्रातिनिधिक स्वरूपात निवडला जातो. त्यातील एककाची निवड केली जाते आणि त्यातून अहवाललेखन होते. अशावेळी पुढील संशोधनासाठी नवीन संशोधकांना त्यातून अभ्यासले न गेलेले घटक निवडून नव्याने अभ्यास करण्याची प्रेरणा मिळते.

३.४ व्यष्टी अथवा एकक अथवा वैयक्तिक अथवा व्यक्ती अथवा घटकाभ्यास पद्धती : संकल्पना (Concepts of Case Study) :

अर्थशास्त्रीय अथवा समाजशास्त्रीय संशोधन प्रक्रियेत माहिती संकलनासाठी अनेक पद्धती अथवा तंत्राचा उपयोग केला जातो. व्यष्टी अथवा एकक अध्ययन हेसुद्धा एकतंत्र अथवा पद्धत आहे. त्यामुळे एखाद्या निश्चित अभ्यासासंबंधित माहिती संकलित केली जाते.

पी. व्ही. यंग यांच्यामते, 'एखाद्या सामाजिक घटकाचा सर्व समावेशक असा अभ्यास म्हणजे व्यक्ती अथवा व्यष्टी अभ्यास होय. मग तो सामाजिक घटक एखादी व्यक्ती असेल, एखादा गट असेल, एखादी सामाजिक संस्था असेल, एखादा जिल्हा असेल किंवा एखादा समाज असेल.'

सामाजिकशास्त्रात आणि अर्थशास्त्रात संशोधन ही सातत्याने घडणारी प्रक्रिया

आहे. ज्ञात घटनांच्या आधारे नवीन माहिती या संशोधनातून मिळविली जाते. कित्येकदा एक व्यक्ती, एक संस्था, एक कुटुंब, एका जातीचा समूह या एकक घटकांचा अभ्यास केला जातो. या अभ्यासास व्यष्टी अध्ययनपद्धती किंवा वैयक्तिक अध्ययनपद्धती किंवा घटक अध्ययनपद्धती किंवा एकक अध्ययनपद्धती म्हणतात.

व्यष्टीअभ्यास किंवा घटक अध्ययनपद्धतीचा किंवा एकक अभ्यासपद्धतीचा अर्थ (Meaning of Case study) :

व्याख्या (Definitions)

१. पी.व्ही.यंग (P.V.Young) यांच्या मते, 'व्यष्टी अभ्यासपद्धती कोणत्यातरी सामाजिक एककाचे, मग तो एकक व्यक्ती, परिवार, संस्था, वर्ण किंवा जाती असो त्यांचे संशोधन करण्याी पद्धत होय.'

२. गुड आणि हॅट (Goode and Hatt) यांच्या मते, 'सामाजिक माहिती संकलनाचा असा विधी आहे की, ज्याच्या अध्ययनामुळे सामाजिक एककाचे एकात्मस्वरूप पूर्णपणे राखले जाते.'

३. विन्सेज आणि विन्सेज यांच्या मते, 'एकक अभ्यास हे गुणात्मक विश्लेषणाचे एक स्वरूप असून त्यात एखादी व्यक्ती किंवा परिस्थितीचा फार काळजीपूर्वक अभ्यास केला जातो.'

व्यष्टी अभ्यासपद्धतीचे स्वरूप

१. या पद्धतीत एकाच घटकाचा सविस्तर आणि सखोल अभ्यास असतो. नंतर जाती किंवा जमातीचा असतो.

२. या अभ्यासपद्धतीत निवडलेला अभ्यासविषय एकच असतो; पण त्यात त्याच्याशी निगडित असलेले अनेक घटक प्रतिबिंबित होतात. एखाद्या सहकारी बँकेचा सखोल अभ्यास केला तर त्याचे व्यवस्थापन, कार्यपद्धती, उपयुक्तता या बाबतचे निष्कर्ष इतरत्रही त्याच प्रकारच्या बँकांना लागू पडतात.

३. यात सामाजिक किंवा आर्थिक एककाची काळजीपूर्वक अभ्यासासाठी निवड केली जाते. त्या संस्थेची सखोल माहिती मांडताना त्याची स्थापना, उद्दिष्टे, कार्यपद्धती, यशापयश, भविष्यातील वाटचाल इत्यादी सर्व वर्तनप्रकारांचा किंवा आकृतिबंधांचा अभ्यासात समावेश असतो.

४. ही सोपी, सहज आणि सहभागी निरीक्षणपद्धतीवर आधारलेली संशोधनपद्धती आहे. विशेषतः इतिहासातील व्यक्तिरेखांचा सखोल अभ्यास करताना रोजनिशी, पत्रे, आत्मचरित्रे इत्यादी साधनांमधून माहिती संकलित करताना संशोधक तादात्म्य पावतो.

व्यष्टी अध्ययनाची वैशिष्ट्ये

व्यष्टी अध्ययनाची वैशिष्ट्ये पुढीलप्रमाणे देता येतील–

१. **एककाचे अध्ययन** : सामाजिक एककाचा अभ्यास हा वरकरणी उथळ स्वरूपाचा नसतो. एखाद्या जातीचा किंवा जमातीचा अभ्यास करावयाचा असेल तर त्यासाठी ऐतिहासिक पार्श्वभूमी विशिष्ट सामाजिक संस्थांची व्यवस्था आणि कार्य, परिवर्तन, परंपरा, रूढी, संकेत यासारख्या तपशीलाचा आढावा घ्यावा लागतो.

२. **सूक्ष्म अभ्यास** : व्यष्टी अध्ययनपद्धतीत ज्या विषयांची निवड केली जाते तो एकच असतो परंतु एकाच विषयात अनेकविध घटकांचा समोवश झालेला असल्याने त्या प्रत्येकाचा अभ्यास व्यष्टी अध्ययनाद्वारे केला जातो. ग्रामीण भागातील शालेय शिक्षणाचा दर्जा तपासून बघण्यासाठी कोणतीतरी एकच शाळा निवडून त्यावर सर्वंकष अभ्यास व्यष्टी अध्ययनाद्वारे केला जातो. एका शाळेचा अभ्यास सर्व शाळेचे प्रतिनिधित्व करीत असतो.

३. **व्यक्तिगत अध्ययन** : व्यष्टी अध्ययनपद्धतीत व्यक्तिगत पातळीवरून अभ्यास केला जातो. सगळे संशोधन एकाच व्यक्तीभोवती फिरत असते. त्याची भूतकालीन उत्पत्ती व वर्तमान स्थिती यांचासुद्धा संशोधकाला अभ्यास करावा लागतो. या अभ्यासाच्या आधारावरच निष्कर्ष काढले जातात.

४. **ऐतिहासिक अध्ययन** : व्यष्टि अध्ययनासाठी जास्तीत जास्त वेळ खर्ची पडत असतो. जो विषय निवडला जातो त्याची भूतकालीन उत्पत्ती व वर्तमान स्थिती यांचासुद्धा संशोधकाला अभ्यास करावा लागतो. या अभ्यासाच्या आधारावरच निष्कर्ष काढले जातात.

५. **गुणात्मकता** : व्यष्टी अध्ययनपद्धतीत संख्येला महत्त्व नसून गुणाला महत्त्व दिले जाते. संशोधक जेव्हा एककाच्या तथ्यांचे संकलन करतो आणि त्यावरून निष्कर्ष काढतो त्याला गुणात्मक आधार प्राप्त झालेला असतो. व्यष्टी अध्ययनात जे विवेचन केले जाते तेसुद्धा वर्णनात्मक स्वरूपाचे असते. एकक कोणताही असो त्याला गुणात्मक आधार असतो.

६. **वर्तनप्रकाराचे अध्ययन** : संशोधनासाठी ज्या सामाजिक एककाची निवड केली जाते त्यांच्या सगळ्या बाजूने अत्यंत सूक्ष्म पद्धतीने अवलोकन करण्याचे काम संशोधकाला करावे लागते. एकक कोणताही असो, त्याची पार्श्वभूमी वर्तमान स्थिती आणि तद्वतच भविष्यकालीन स्थितीचा मागोवा घेतल्याशिवाय व्यष्टी अध्ययनपद्धतीला दुसरा पर्याय नसतो. एककाचे स्वरूप लक्षात घेता ते अत्यंत

गुंतागुंतीचे असते. एककात समाविष्ट असलेल्या व्यक्तीचे वर्तन कसे आणि कोणत्या प्रकारचे असते ते संशोधकाला जाणून घ्यावे लागते. वर्तन प्रकाराच्या सर्व बाजूंचा उलगडा करणे हे व्यष्टी अध्ययनाचे महत्त्वाचे कार्य आहे.

७. **सहभागी निरीक्षण** : व्यष्टी अध्ययनपद्धतीत ज्या सामाजिक एककाचे अध्ययन केले जाते. त्याचे एकंदरीत स्वरूप प्रत्यक्ष असते. अभ्यासाची रीत निव्वळ सहज आणि प्रत्यक्ष स्वरूपाची असते. त्यामुळे संशोधकाला एककाची माहिती घेणे खूपच सोपे जाते. ही माहिती जेव्हा तो संकलित करतो तेव्हा तिचे स्वरूप अप्रत्यक्ष नसून प्रत्यक्ष असते. व्यष्टी अध्ययनात संशोधक ऐकीव माहितीवर अवलंबून न राहता एककाचा अभ्यास करताना आवश्यक ती कागदपत्रे, रोजनिशी, पत्रे इत्यादींचा प्रसंगानुरूप उपयोग करून घेत असतो. एककाविषयीची तथ्ये संकलन करताना प्रयत्नपूर्वक काळजी घेतली जात असल्याने वास्तववादी माहिती संशोधकाला प्राप्त होत असते.

व्यष्टी अभ्यासपद्धतीतील महत्त्वाच्या पायऱ्या (Major Phases/steps of Case Study Method)

१. संशोधकाने प्रथम व्यष्टी अभ्यासपद्धतीत कोणत्या विषयाचा अभ्यास करावयाचा, त्यातील महत्त्वाचे प्रश्न कोणते याचा आणि संशोधन समस्येचा सखोल अभ्यास केला पाहिजे.

२. व्यष्टी अथवा एकक अभ्यास पद्धतिविषयाबाबत माहिती संकलनासाठी कोणते प्राथमिक स्रोत आणि दुय्यम स्रोत वापरावयाचे हे ठरविले पाहिजे.

३. एककांची संख्या - अभ्यासविषयाचे एककाचे प्रकार निश्चित झाल्यानंतर एककांची संख्या नक्की करावी लागते. जास्त संख्या असेल तर अध्ययनात त्रुटी राहून जाण्याची शक्यता असते.

४. विश्लेषणाचे क्षेत्र - विषय किंवा समस्येच्या स्पष्टीकरणात सगळ्यात शेवटी विश्लेषणाचे क्षेत्र निश्चित करावे लागते. कारण अभ्यासासाठी जो विषय निवडलेला असेल त्याच्या सगळ्या अंगांचा की एका अंगाचा अभ्यास करायचा हे संशोधकाला ठरवावे लागते.

५. घटना - व्यष्टी अथवा एकक अभ्यासपद्धतीत विशिष्ट घटनेला महत्त्व असते. त्या घटनेमागील कार्यकारणभाव संशोधनाआधारे स्पष्ट करावा लागतो. तशा प्रकारची दुसरी घटना असेल तर हे निष्कर्ष त्या बाबतीत तपासून पाहता येतात.

व्यष्टीअभ्यास पद्धतीची साधने (Tools)

व्यष्टी अथवा एकक अभ्यासपद्धतीत पुढील साधने वापरली जातात-

१. **वैयक्तिक कागदपत्रे** : समाजशास्त्रसंशोधनात किंवा इतिहासविषयातील संशोधनात वैयक्तिक कागदपत्रे प्राथमिक स्रोताचा एक भाग आहे. त्यात आत्मचरित्र, रोजनिशी, दप्तरसाहित्य यांचा समावेश होतो.

२. **जीवन इतिहास** : अर्थशास्त्र विषयातील एखाद्या अर्थशास्त्रज्ञाच्या योगदानाबाबत एकक अभ्यासपद्धतीने संशोधन करताना त्या अर्थशास्त्रज्ञाच्या व्यक्तिगत जीवनाचा सर्वांगीण अभ्यास संशोधकाला करावा लागतो. त्यासाठी मुलाखत घ्यावी लागते अगर त्या अर्थशास्त्रज्ञांच्या संदर्भात उपलब्ध असलेल्या साहित्याचा अभ्यास करावा लागतो.

व्यष्टी अध्ययन प्रकार

व्यष्टीअध्ययनाचे दोन प्रकार संभवतात–

१. **व्यक्ती व्यष्टी अध्ययन** : या प्रकारात एखाद्या व्यक्तीचे अथवा त्याच्या जीवनातील घटनेचे अध्ययन केले जाते. व्यक्तीच्या अभ्यासात त्याच्या कुटुंबातील सदस्य, त्या व्यक्तीशी संबंधित असलेल्या व्यक्ती, मित्र व त्या व्यक्तीचे स्वतःचे अनुभव यांचा अभ्यास मुलाखत घेऊन केला जातो. तसेच त्याची वैयक्तिक पत्रे, लेख, दैनंदिनी, आत्मकथा, चरित्रे इत्यादी साहित्याचा उपयोग केला जातो.

२. **समुदाय व्यष्टी अध्ययन** : दुसऱ्या प्रकारात एखादा वर्ग, समूह अथवा संस्था हा अभ्यासविषय असतो किंवा एखादा समुदायाच्या विशिष्ट अंगाचा अभ्यास केला जातो. या अध्ययनात संशोधकाचे चातुर्य, वृद्धी, अनुभव व परिश्रम कसाला लागतात.

३.५ चांगल्या अथवा आदर्श अहवाल लेखनाची वैशिष्ट्ये (Characterstics of a Good Report Writing)

चांगल्या अहवालासाठी काही बाबींची पूर्तता करणे आवश्यक असते त्या बाबी पुढीलप्रमाणे आहेत.

१) **भाषा सुलभ :** संशोधन अहवाल हा पारिभाषिक शुद्ध आणि संकल्पनांनी बनलेला असतो. अहवालाची भाषा शक्यतो सुलभ, सरळ व संतुलित असली तर अहवालाचे महत्त्व वाढत.

२) **लिखित स्वरूप :** अहवाल हा लिखित स्वरूपाचा असावा लागतो. छापून घेतला तर तो आकर्षित बनतो. संस्था आणि शासनाचे अहवाल छापील असतात. छापील अहवालाचा खर्च संशोधकांना परवडणारा नसतो.

३) **माहिती अथवा तथ्यांचे स्वरूप :** अहवालातील माहितीचे स्वरूप हे

विश्लेषणात्मक असावे माहितीचे अथवा तथ्याचे निर्वचन केले नसेल तर अहवाल अपूर्ण राहतो कारण निष्कर्षासाठी पुरावा आवश्यक असतो हा पुरावा माहितीच्या माध्यमातून सादर केला जातो.

४) **मांडणी मुद्देसूद :** माहितीचे कार्यकारण स्पष्ट करून अहवालाची मांडणी अत्यंत मुद्देसूद असावी. कारण अभ्यासकाला त्याचा अभ्यास करणे सोपे आणि सोयीचे होते तसेच अहवालाचा दर्जाही उंचावतो त्याची लोकप्रियता वाढण्यास मदत होते.

५) **वस्तुनिष्ठता :** अहवाल लेखनात वस्तुनिष्ठतेला अधिकाधिक वाव दिला पाहिजे. संशोधकावर हे अवलंबून असते. वस्तुनिष्ठपणा असेल, तर अहवालात त्याचे प्रतिबिंब उमटते.

६) **संकल्पना आणि सिद्धान्त :** संशोधनाचे कार्य संकल्पना आणि सिद्धान्ताशिवाय पूर्ण होत नाही. विशिष्ट संकल्पना आणि सिद्धान्त घेवूनच माहितीचे स्पष्टीकरण करावे लागते आणि त्याआधारे अचूक निष्कर्ष काढावे लागतात.

७) **पद्धती आणि तंत्रे :** संशोधन करताना संशोधन प्रक्रियेत कोणकोणत्या अध्ययन पद्धतींचा आणि तंत्राचा वापर केलेला आहे याचे स्पष्टीकरण असावे लागते. तसेच अध्ययनाचे अथवा अभ्यासाचे क्षेत्र, नमुना निवड इत्यादी बाबींचे विस्तृत विश्लेषण केले तर अहवालाची उंची वाढते.

८) **आकर्षकता :** अहवाल आकर्षक असावा लागतो त्याची बांधणी रेखीव असली पाहिजे. त्यासाठी योग्य आणि उत्तम शीर्षके, फोटो, आलेख चित्रे इत्यादींचा अंतर्भाव असावा. आकर्षकतेला या बाबी महत्त्वाच्या ठरतात.

शास्त्रीय संशोधन ही संयमी प्रक्रिया आहे आणि अहवाललेखन ही चिकित्सक अवस्था आहे. अहवाललेखन यांत्रिक साचा नाही, ते प्रामुख्याने शास्त्र असले तरी अहवाललेखन ही कला मानली जाते. त्यामुळे अहवाललेखनात दोन संशोधकात एकसारखेपणा असत नाही. मात्र, असे अहवाललेखन करताना सामान्य माणसाला हवे असणारे ज्ञान तो संशोधक अनुभवाआधारे या अहवाल लेखनातून देऊ शकतो. चांगल्या अहवाललेखनाची वैशिष्ट्ये पुढीलप्रमाणे आहेत.

१) प्रबंध लेखन शैली : अहवाललेखन तांत्रिक भाषेतही मांडला जातो. संशोधकाला तांत्रिक परिभाषा माहिती असली पाहिजे. हा अहवाल शास्त्रीय नियमानुसार तांत्रिक सादरीकरणावर अवलंबून असतो.

संशोधकाने अंतिम अहवाललेखन संशोधनाच्या उद्दिष्टाप्रमाणे आणि लेखनाच्या पद्धतीनुसार साध्या भाषेत मांडलेले असले पाहिजे. संशोधकाने अहवाललेखनात

लालित्यपूर्ण व निरर्थक रचनेपासून दूर रहावे. संक्षिप्त पद्धतीपासून आणि तांत्रिक भाषेपासून दूर असावे. संदर्भाचा उपयोग आणि सामान्य अनुभवाच्या आधारे ते मुद्दे उदाहरणे देऊन स्पष्ट करावे.

गुड आणि हॅट (Goode and Hatt) यांच्या मते, 'संशोधनप्रबंध तयार करणे हा संशोधनाचा अंतिम भाग आहे आणि त्याचा उद्देश इच्छुक वाचकांना अध्ययनातून काढण्यात आलेल्या परिणामांना समजू शकेल व स्वतःपुरता तरी संशोधनाच्या निष्कर्षाची प्रामाणिकता पडताळून पाहण्यायोग्य बनेल.'

संशोधन प्रबंधलेखन हे संशोधकाचे कौशल्य आहे. संशोधनाचीसुद्धा ठरावीक परिभाषा असते. पूर्वीच्या संशोधन साहित्याचा अभ्यास करून ही भाषाशैली संशोधकास आत्मसात करता येऊ शकते. संशोधनलेखन जरी साध्यासोप्या भाषेत असले, तरी त्यात किमान तांत्रिकपातळी गाठलेली असली पाहिजे. शास्त्रशुद्ध लेख अगर निबंध, आकडेशास्त्र अगर संख्याशास्त्रीय विश्लेषणावर आधारित असू शकतो. सामाजिक संशोधन किंवा अर्थशास्त्रीय संशोधन सैद्धान्तिक स्वरूपाचे असू शकते.

२) प्रामाणिकता : अहवाल लेखनातून संशोधनाची परिपूर्ण माहिती अभ्यासकास मिळते. कोणतेही विज्ञान प्रामाणिकतेवर भर देते. कोणत्याही काळात कोणत्याही संशोधकाने आपल्या अध्ययनातून काढलेल्या निष्कर्षाचा अन्य कोणताही अभ्यासक पडताळा घेऊ शकतो, परीक्षण करू शकतो. संशोधकाने संकलित केलेल्या तथ्यांच्या प्रामाणिकतेची तपासणी कोणीही करू शकतो. अर्थात, वैज्ञानिक पद्धती ही सदैव परीक्षण, पुनर्परीक्षणासाठी उपलब्ध व खुली असते. त्यामुळेच त्यात काल्पनिक तथ्यांच्या संकलनाला थारा नसतो, तर अशाच तथ्यांच्या संकलनाला स्थान असते. त्यांची प्रामाणिकता तपासली जाऊ शकते.

३) अभ्यासू हेतू : संशोधन हा एक दिशादर्शक अभ्यास आहे. संशोधकाने त्यात समस्यांची चर्चा केली पाहिजे. त्यामध्ये समस्यांची पूर्वपीठिका किंवा पार्श्वभूमी विशद केली पाहिजे. त्या अभ्यासात गृहीतकृत्ये दिली पाहिजेत. गृहीतकृत्य समस्येच्या रचनेसंबंधीचे स्वरूप निर्देशन करणारे विधान आहे. माहितीचे संकलन करून व त्याचे विश्लेषण करून गृहीतकृत्याबाबत सत्यासत्यता मांडली जाते. त्यातून अधिक माहिती मिळून महत्त्वाच्या समस्येचेसुद्धा स्पष्टीकरण केले जाते. साहित्याच्या मागोव्याचा महत्त्वाचा उपयोग करून आणि दुय्यम स्रोतांच्या माहितीचा उपयोग करून संशोधनसमस्या विधानाचे त्याला स्पष्टीकरण देता येते.

४) अभ्यासाचे महत्त्व : संशोधन वारंवार करावे लागणारे आहे आणि त्यामुळे संशोधकाला मिळालेल्या नवीन माहितीतून नवीन नियम प्रस्थापित करता

येतो. स्वतःच्या विषयासंदर्भातील पूर्वी केलेले संशोधन कार्य आणि स्वतःचे संशोधन यातील फरक मांडून संशोधकाने आपले संशोधन पूर्वीच्या संशोधनापेक्षा वेगळे कसे आहे, ते स्पष्ट केले पाहिजे आणि ते मांडताना संशोधनात फरक कोणता आहे आणि संशोधनाचा विषय वेगळा कसा आहे आणि त्याचे (विषयाचे) महत्त्व वेगळे कसे आहे, हे सांगितले पाहिजे.

संशोधकाने निवडलेल्या विषयाची ऐतिहासिक पार्श्वभूमी सविस्तर सांगितली पाहिजे, तो एक सादर करण्याचा मार्ग आहे. संशोधक त्या (संबंधित) संशोधनाच्या विषयावर अभ्यास करतो.

५) साहित्याचा परामर्श (Review of Literature) : संशोधन ही सतत चालणारी प्रक्रिया आहे. त्यात नवीन संशोधनाची भर पडते. जेव्हा संशोधक आपले काम सुरू करतो तेव्हा त्याला पूर्वीच्या सर्व संशोधनकार्याची नोंद घ्यावी लागते. प्रकाशित झालेल्या पाठ्य व संदर्भ पुस्तके, नियतकालिके किंवा प्रकाशित प्रबंध इ. त्याला या साहित्याचा मागोवा घ्यावा लागतो. त्यामुळे संशोधनासाठी मार्गदर्शन प्राप्त होते. नवीन संशोधन कामासाठी, माहिती संकलित करण्यासाठी त्याचा उपयोग होतो. त्यासाठी साहित्याचा परामर्श घेताना या निवडक गोष्टींचा उल्लेख असावा.

अ) लेखक/संशोधकाचे नाव
आ) संशोधन शीर्षक/पुस्तकाचे नाव
इ) प्रकाशक व प्रकाशन ठिकाण
ई) प्रकाशनाचे वर्ष
उ) अभ्यासाची उद्दिष्टे
ऊ) निष्कर्ष आणि सूचना

त्यानंतर माहितीची तुलना करून आपले संशोधन वेगळे कसे आहे, हे स्पष्ट केले पाहिजे. तसेच सध्याच्या संशोधनात व पूर्वीच्या संशोधनात आलेले साम्य व फरक प्रामाणिकपणे मांडणे गरजेचे आहे.

६) संशोधनपद्धती (Methodology) : संशोधनपद्धती माहिती संकलनाशी संबंधित आहे. माहिती संकलनाचे दोन स्रोत आहेत. प्राथमिक स्रोत आणि दुय्यम स्रोत. प्राथमिक स्रोतात ही माहिती मूलभूत आणि कार्यक्षेत्रावरून संकलित केली जाते. नवीन प्रश्नावलीच्या साहाय्याने मुलाखती घेतल्या जातात. दुय्यम स्रोतात ही माहिती ग्रंथालय किंवा ग्रंथालयाशी संबंधित आहे. प्राथमिक माहिती ही निवडपद्धतीने संकलित केली जाते. त्यामध्ये नमुना निवडपद्धती विषयी नमूद करावे लागते. समस्येच्या विविध घटकांच्या अभ्यासासाठी या पद्धतीत सांगितले जाते. त्यात सर्वसाधारणपणे योग्य असा विशेष अभ्यास करावा लागतो.

मापन साधनाच्या स्पष्टीकरणाबरोबर वेगवेगळ्या संकल्पनांचा अभ्यासात उपयोग करावा लागतो. संशोधनासाठी क्षेत्रावर काम करताना त्या समूहाची व्याख्या व ती माहिती संकलन करण्याबाबतची सूची प्रथम तयार करावी लागते. कदाचित संशोधक व्यष्टी अभ्यासपद्धत वापरेल, कदाचित ऐतिहासिक संशोधनपद्धत वापरेल. क्षेत्रीय माहिती संकलनासाठी वापरलेली प्रश्नावली, अनुसूची संशोधकाने परिशिष्टात दिली पाहिजे. (Pin Point) सूचनेसाठी मिळतात हा संशोधनाचा महत्त्वाचा भाग आहे. निष्कर्षाचा पाया हा तार्किक (Logical) आणि सांख्यिकीय परिणामांवर आधारित आहे. संशोधनाचा निष्कर्ष मूळ सिद्धान्ताशी सुसंगत असणे गरजेचे आहे. सर्व माहितीचे वर्गीकरणाला (Sorts of Proofs) सांख्यिकीय आणि तार्किक नियमांचा आधार घेऊन करणे आवश्यक आहे. तसेच संशोधकाने संशोधनाच्या मर्यादा नमूद केल्या पाहिजेत.

७) संदर्भसूची (Bibliography) : ग्रंथ संदर्भसूची मुळाक्षरांनुसार (Alphabetical) तयार केली पाहिजे आणि ती परिशिष्टामध्ये समाविष्ट करावी. पहिल्या भागात क्रमिक व संदर्भपुस्तके, दुसऱ्या भागात संशोधनपर प्रकाशित लेख आणि तिसऱ्या भागात संशोधन शोधनिबंध अथवा प्रबंध यांची नोंद संदर्भसूचीमध्ये करावी. त्यामुळे ही सूची अन्य संशोधकास सुयोग्य आणि उपयुक्त ठरू शकेल.

८) परिशिष्टे (Appendices) : सर्वसाधारणपणे ज्या माहितीच्या तालिकेचा उपयोग प्रत्यक्ष माहितीच्या विश्लेषणासाठी केला जात नसेल, परंतु त्याचा उपयोग अभ्यासाच्या पार्श्वभूमीसाठी (Background) होणार आहे अशी माहिती परिशिष्टात दिली जाते.

थोडक्यात चांगला अहवाल लेखनाची वैशिष्ट्ये म्हणजे –

अ) अहवालात विचार स्पष्ट असावेत. वाचकांना न कंटाळता वाचता आले पाहिजेत.

ब) अहवालाची भाषा स्पष्ट असावी. ती बोजड व क्लिष्ट नसावी.

क) संशोधनसमस्या किंवा संशोधनाचा विषय स्पष्टपणे मांडला पाहिजे हे एक चांगला अहवाल व लेखनाचे वैशिष्ट्य आहे.

ड) अहवालाची मांडणी सुयोग्यपद्धतीने असावी.

इ) कोणत्या संकल्पना वापरल्या आहेत ते स्पष्ट मांडावे.

ई) साधनसामग्री (डाटा) ज्या स्रोतांद्वारे मिळाली त्याचा उल्लेख अहवालात स्पष्ट असावा.

ड) संशोधनासाठी कोणती पद्धती वापरली ते स्पष्ट असावे.

ऊ) अहवालाचा आकार योग्य असावा. (अहवाल मोठाही नसावा व लहानही नसावा.)

अशारीतीने चांगला अहवाललेखनाची वैशिष्ट्ये सांगता येतात.

३.६ संशोधन अहवालाचे प्रकार (Types of Research Report) :

कोणतेही संशोधन जेव्हा सामाजिक तथ्य, घटना, सिद्धान्त आणि नवीन ज्ञान यासंबंधी निगडित असेल त्याला सामाजिक संशोधन म्हणता येईल. संशोधन ही प्रक्रिया आहे. त्याला वैज्ञानिक अधिष्ठान आहे.

संशोधन अहवालाचे दोन प्रकार आहेत. त्यात - १) तांत्रिक अहवाल (Technical Report), २) सर्वसामान्य अहवाल (General Report) यांचा समावेश होतो.

१) तांत्रिक अहवाल : या अहवालात प्रामुख्याने वापरलेली संशोधनपद्धती त्यातील अभ्यासाची गृहीतके आणि त्यानुसार संकलित केलेल्या माहितीचे विश्लेषण असते आणि त्यावरून निष्कर्ष काढले जातात. वेगवेगळ्या विषयांवरील तांत्रिक अहवाल भिन्न असतात.

२) सर्वसामान्य अहवाल : हा रिपोर्ट साधा असतो. तो परिणामकारकरीत्या लिहिलेला असतो, त्यातील भाषा साधी असते. मात्र, किमान तांत्रिक संकल्पना त्यात वापरलेल्या आढळतात. या अहवालात उद्दिष्टे, गृहीतके, संशोधनपद्धती, माहिती विश्लेषण, निष्कर्ष आणि शिफारशी यांचा समावेश असावा.

३.७ संकल्पना : i) परिशिष्टे, ii) साहित्याचा परामर्श, iii) संदर्भसूची आणि संदर्भ iv) शिफारशी v) गृहीत कृत्याचे परीक्षण अथवा सत्यासत्यता पडताळणे. (concepts : i) Appendices, ii) Review of Literature, iii) Bibliography and References, iv) Recommedation, v) Hypothesis Testing) :

i) परिशिष्टे (Appendices) : संदर्भ ग्रंथसूचीनुसार येणारा विभाग असतो. संशोधन अहवालात नसलेला परंतु त्याला पोषक ठरणारा असा सर्व संदर्भ विभाग म्हणजे परिशिष्टे / परिशिष्ट होय. यामध्ये मोठे उतारे, मोठी कोष्टके, प्रश्नावल्या, मुलाखतीचे मुद्दे, नकाशे, संख्याशास्त्राचे तक्ते यांचा समावेश केला जातो.

प्रश्नावली सांख्यिकीय तालिकीकरण इत्यादींची माहिती परिशिष्टांमध्ये दिल्यास वाचकांना संशोधकांना आणि तज्ज्ञांना अकलनासाठी उपयुक्त ठरते.

ii) साहित्याचा परामर्श (Review of Literature) : आपल्या संशोधन विषयाच्या संदर्भात जे महत्त्वपूर्ण माहिती उपलब्ध आहे त्याचा सारांश देणे आणि त्या विषयात उपलब्ध असलेल्या माहितीचा आधार घेऊन त्यापुढील माहितीचा/ज्ञानाचा

शोध घेण्यासाठी अथवा उपलब्ध माहितीचा नवीन परिस्थितीमध्ये बदलेला अर्थ स्पष्ट करण्यासाठी, संबंधित संशोधन विषयाचा पाया भक्कम करणे म्हणजे संबंधित साहित्याचा परामर्श घेणे होय. ही महत्त्वपूर्ण माहिती संशोधन विषयाच्या संबंधातील विविध ग्रंथामध्ये, लेखात उपलब्ध असते. त्यातील योग्य त्या घटकांचे वाचन, चिंतन, मनन आणि उपयोजन म्हणजेच संबंधित साहित्याचा परामर्श/आढावा घेणे होय.

त्याचप्रमाणे संशोधन विषयाशी संबंधित यापूर्वी कोणते संशोधन झाले आहे त्यापैकी कोणत्या संशोधनातील कोणते निष्कर्ष प्रस्तुत संशोधनास पूरक आहेत, कोणते वेगळे आहेत, कुठे साम्य आहे हे प्रथमत: पहाणे. त्यानंतर याचा योग्य आधार घेवून पुढील नवीन गोष्टी शोधून काढणे अथवा जुन्या निष्कर्षांना बदलत्या परिस्थितीत नवा अर्थ शोधण्यासाठी आजपर्यंतच्या संबंधित शैक्षणिक संशोधन निष्कर्षांचे वाचन, चिंतन, मनन व उपयोजन करणे म्हणजेच संबंधित संशोधन साहित्याचा परामर्श घेणे होय.

सतत चालणारी प्रक्रिया आहे. त्यात नवीन संशोधनाची भर पडते. जेव्हा संशोधक आपले काम सुरू करतो तेव्हा त्याला पूर्वीच्या सर्व संशोधनकार्याची नोंद घ्यावी लागते. प्रकाशित झालेल्या पाठ्य व संदर्भ पुस्तके, नियतकालिके किंवा प्रकाशित प्रबंध इत्यादीला त्याला या साहित्याचा मागोवा घ्यावा लागतो. त्यामुळे संशोधनासाठी मार्गदर्शन प्राप्त होते. नवीन संशोधन कामासाठी, माहिती संकलित करण्यासाठी त्याचा उपयोग होतो. त्यासाठी साहित्याचा परामर्श घेताना या निवडक गोष्टींचा उल्लेख असावा.

अ) लेखक/संशोधकाचे नाव
आ) संशोधन शीर्षक/पुस्तकाचे नाव
इ) प्रकाशक व प्रकाशन ठिकाण
ई) प्रकाशनाचे वर्ष
उ) अभ्यासाची उद्दिष्टे
ऊ) निष्कर्ष आणि सूचना

त्यानंतर माहितीची तुलना करून आपले संशोधन वेगळे कसे आहे, हे स्पष्ट केले पाहिजे. तसेच सध्याच्या संशोधनात व पूर्वीच्या संशोधनात आलेले साम्य व फरक प्रामाणिकपणे मांडणे गरजेचे आहे.

iii) संदर्भसूची आणि संदर्भ (Bibliography and References) : संशोधन विषयाच्या व पद्धतीच्या संदर्भात अगदी सुरवातीपासून अखेरपर्यंत संशोधकाने जी पुस्तके, नियतकालिके, वृत्तपत्रे, अहवाल, कागदपत्रे असे प्रकाशित व अप्रकाशित

साहित्य वाचले असेल व संशोधन प्रक्रियेमध्ये ज्या साहित्याचा प्रत्यक्ष व अप्रत्यक्ष उपयोग झाला असेल, अशा सर्व साहित्याची एका विशिष्ट अशा क्रमाने केलेली यादी म्हणजे संदर्भसूची होय.

संशोधक संदर्भसूचीचा दुय्यम स्तोत्राच्या माहितीच्या संकलनासाठी माहितीच्या संकलनासाठी उपयोग करतो. तसेच पूर्वीच्या संशोधन कार्याचा किंवा साहित्याच्या परामर्षाचा उपयोगसुद्धा करतो. त्याच्या संशोधन कार्याची सुरुवात संदर्भसूची वापरण्यापासून होते.

विषयाची निवड करताना किंवा संशोधनाचा विषय ठरवताना त्यासाठी पुस्तकांचा उपयोग केला जातो. मासिक, संशोधन अहवाल आणि महत्त्वाची कागदपत्रे यांचा पद्धतशीरपणे वापर केला जातो. संदर्भसूची ही विशिष्ट नमुन्यात असली पाहिजे. संशोधक पोस्टकार्ड आकाराचे कार्डावर खालील बाबी दर्शवितो.

वाचण्यासाठी उपलब्ध होणारे साहित्य त्याची नोंद ठेवणे, पुस्तके, मासिके, संशोधन अहवाल यांचा संदर्भ घेतला जातो. संशोधन प्रबंधात महत्त्वाचे म्हणजे संदर्भसूचीचा परिशिष्टामध्ये समावेश केला जातो. संदर्भसूची मुळाक्षरानुसार (Alphabetically) तयार करावी. संशोधक त्याची वेगवेगळ्या विभागात विभागणी करतो. पहिल्या विभागात पुस्तकांची विभागणी, दुसऱ्यात मासिके, तिसऱ्यात संशोधन शोधनिबंध/प्रबंध इत्यादी. सर्वसाधारणपणे संदर्भसूची ठरावीक नमुन्यात सादर केली जाते. ती खालीलप्रमाणे असावी.

१) लेखकाचे नाव (आडनाव प्रथम)
२) पुस्तकाचे शीर्षक
३) प्रकाशकाचे नाव, ठिकाण आणि प्रकाशनाची तारीख/वर्ष
४) ग्रंथ क्रमांक (Number of Volume)

संशोधन लेखाचासुद्धा खालीलप्रमाणे उल्लेख करावा-

१) लेखकाचे नाव (आडनाव प्रथम)
२) लेखाचे शीर्षक (अवतरण चिन्हात)
३) नियतकालिकाचे नाव (त्याखाली रेषा मारणे)
४) ग्रंथ क्रमांक (Number of Volume)
५) प्रकाशन अंकाची तारीख
६) संदर्भाचा पृष्ठ क्रमांक (The Pagination)

संदर्भ साहित्यसूची व तळटिपा : प्रथम आपण संदर्भ साहित्यसूची कशी लिहावी ते पाहू.

संदर्भ साहित्यसूची : यामध्ये लेखकाचे आडनाव नंतर प्रथम नाव व त्यापुढे वडिलांचे/पतीचे नाव किंवा आद्याक्षरे, त्यानंतर पुस्तकाचे नाव, प्रकाशक, स्थळ, वर्ष, आवृत्ती, एकूण पाने असा मजकूर द्यावा.

पुस्तकाचे एकापेक्षा जास्त लेखक असतील तर दुसऱ्या, तिसऱ्या लेखकाचे नाव लिहिताना आधी प्रथम नाव, वडिलांचे किंवा पतीचे नाव/आद्याक्षरे व नंतर आडनाव लिहावे.

लेख असेल तेव्हा वृत्तपत्राचे नाव लिहावे व दिनांक लिहावा.

संदर्भ साहित्यसूचीमध्ये एखाद्या पुस्तकासंबंधी माहिती कशी लिहावी याचे उदाहरण.

ढमढेरे डॉ. एस. व्ही. : **महाराष्ट्रातील जलसंपदा,** डायमंड पब्लिकेशन्स, पुणे - ३०, प्रथम आवृत्ती नोव्हेंबर २००९, पृष्ठे २७७.

तळटिपा कशा लिहाव्यात याची माहिती पाहू.

तळटिपा : 'विषयाच्या संदर्भात अहवालात इतर लेखकांच्या महत्त्वपूर्ण अशा संदर्भ साहित्याचा उल्लेख केल्यानंतर त्यास प्रकरणाप्रमाणे सलग क्रमांक द्यावा व त्याच पानाच्या शेवटी एक रेघ मारून, तो क्रमांक लिहून पुढील नोंदी करणे म्हणजे तळटिपा.'

लेखकाचे नाव प्रथम पहिले नाव, वडिलांचे, पतीचे नाव अथवा आद्याक्षरे, नंतर आडनाव या स्वरूपात लिहावे. नंतर पुस्तकाचे नाव, प्रकाशक, स्थळ, वर्ष, आवृत्ती, संबंधित पान क्रमांक, अवतरणाव्यतिरिक्त अनुवाद, सारांश, मूल्यमापन असेल असा उल्लेख करावा. पुस्तक संपादित असेल तर 'संपादक' म्हणावे. एकापेक्षा जास्त लेखक असतील तर दुसरे, तिसरे नाव पहिल्याप्रमाणेच लिहावे.

काही वेळा तळटिपा देण्याऐवजी प्रकरणाच्या शेवटी तसा उल्लेख केला जातो. त्याठिकाणी लिहिण्याची सर्व पद्धत वरीलप्रमाणे ठेवावी. फक्त यास तळटिपा याऐवजी संदर्भ म्हणावे.

लेख असेल तेव्हा लेखकाच्या नावाची आद्याक्षरे, नंतर आडनाव, लेखाचे नाव, नियतकालिकाचे नाव, अंक क्रमांक, महिना, वर्ष असा क्रम ठेवावा. वृत्तपत्रातील लेख असेल तर वृत्तपत्राचे नाव लिहावे व दिनांक लिहावा.

तळटिपेत पाठोपाठ त्याच पुस्तकाचा व त्याच पृष्ठक्रमांकाचा संदर्भ द्यायचा असेल तर फक्त Ibid - कित्ता असे म्हणतात. पान क्रमांक वेगळा असेल तर Ibid म्हणून पुढे पृष्ठक्रमांक देतात.

त्याच पुस्तकाचा पुन्हा वेगळ्या संदर्भात १,२ पानांमध्ये संदर्भ आला असेल तर लेखकाचे नाव, आडनाव व Op. Cit म्हणजे त्याच संदर्भात असे म्हणतात व

पृष्ठक्रमांक देतात. त्याच पुस्तकाचा व त्याच पानाचा संदर्भ, मध्ये काही संदर्भ गेल्यानंतर द्यायचा असेल, तर लेखकाचे आडनाव व Loc Cit म्हणजे त्याच ठिकाणी किंवा परिच्छेदामध्ये असे म्हणतात.

एका लेखकाच्या एकापेक्षा अधिक पुस्तकांचा संदर्भ असेल तर गोंधळ टाळण्यासाठी प्रत्येकवेळी सर्व माहिती पुन्हा देणे योग्य असते. तळटिपांमध्ये वापरण्यात येणारे काही संक्षिप्त शब्दप्रयोग व त्यांचे अर्थ खालीलप्रमाणे आहेत–

cf – तुलना करणे

ed – संपादक आवृत्ती

etal – आणि इतर

ff – आणि नंतरची पृष्ठे

ibid – त्याच ठिकाणी

तळटीपेचे सारांश असलेले उदाहरण

१) डॉ. एस.व्ही. ढमढेरे : **महाराष्ट्रातील जलसंपदा,** डायमंड पब्लिकेशन्स, पुणे– ३०, नोव्हेंबर २००९, पृष्ठ क्र. ११० (सारांश)

iv) शिफारशी (Recommendation) : संशोधन प्रक्रियेतून जे निष्कर्ष निघालेले आहेत. त्यावर आधारित तात्विकपद्धती न वापरता, व्यवहार्य अशा ज्या सूचना आणि सुधारण्याचे मार्ग संशोधकाने सुचविलेले असतात त्यांना शिफारशी असे म्हणतात.

v) गृहीत कृत्याची सत्यासत्यता पडताळणे (Hypothesis Testing) : गृहीतकृत्य अथवा परिकल्पना कधीही सिद्ध केली जात नाही तर ती स्वीकृत अथवा अस्वीकृत ठरविली जाते. संशोधकाने तयार केलेल्या गृहितकृत्याच्या संदर्भात संशोधकाला माहिती उपलब्ध करून घेण्यासाठी योग्य असे साधन वापरावे लागते. उपलब्ध झालेल्या माहितीचे वर्गीकरण करून अर्थनिर्वचन करावे लागते. योग्य साधनाद्वारे प्राप्त झालेली माहिती (गृहितकृत्याशी संबंधित) जर गृहित कृत्याशी सर्वार्थाने मिळती जुळती असेल तरच ते गृहितकृत्य स्वीकृत होईल.

एखादे विशिष्ट गृहितकृत्य घेऊन तार्किकदृष्ट्या सुसंगत अशी त्या गृहितकृत्याचे परिणाम करणारी विधाने तयार करावीत. अशी तयार झालेली विधाने आणि उपलब्ध माहिती त्यांच्यामध्ये उत्तम समन्वय असेल, तर ते विशिष्ट गृहितकृत्य स्वीकृत होते. सर्वसामान्य नैसर्गिक, वैज्ञानिक आणि संशोधनाद्वारे स्वीकृत ठरलेल्या सूत्रांशी, नियमांशी, ते गृहितकृत्य स्वीकृत करताना कुठे विरोध दर्शवीत नसेल तर स्वीकृत करण्यास हरकत नाही.

गृहितकृत्य तयार केल्यानंतर त्यांची प्रत्येकी जी तर्कदृष्ट्या सुसंगत परिणाम करणारी विधाने तयार केली असतील त्याचा आणि माहिती गोळा करणाऱ्या साधनाच्या वापराच्या वेळच्या सर्व वातावरणाचा पूर्ण सारखेपणा असावा.

संख्याशास्त्राच्या मदतीने आपल्याला गृहितकृत्य स्वीकृत अथवा अस्वीकृत अथवा ठरवता किंवा सत्यासत्यता पडताळता येते. प्रायोगिक पद्धतीमधील शून्य गृहितकृत्य ही दोन्ही संख्या शास्त्रातील फरकावरून पडताळता येते तसेच अपेक्षित संभाव्य परिणाम आणि प्रत्यक्षात दिसून आलेल्या परिणामांच्या फरकाच्या पडताळणीनेही गृहितकृत्य स्वीकृत अथवा अस्वीकृत ठरविता येते अथवा पडताळता येते.

प्रश्न

प्र. १ खालील प्रश्नांची एका वाक्यात उत्तरे लिहा.

१) संशोधन अहवाल म्हणजे काय?

२) संशोधन अहवाल लेखनाची दोन उद्दिष्टे सांगा.

३) व्यष्टीअभ्यास म्हणजे काय?

४) परिशिष्ठाचा अर्थ सांगा.

५) शिफारशी म्हणजे काय?

प्र. २ खालील प्रश्नांची थोडक्यात उत्तरे लिहा.

१) संशोधन अहवालाचा अर्थ सांगा.

२) साहित्याचा परामर्श म्हणजे काय?

३) परिशिष्टे म्हणजे काय?

४) साहित्याचा परामर्श म्हणजे काय?

५) गृहीतकृत्याची सत्यासत्यता पडताळणे म्हणजे काय?

प्र. ३ खालील प्रश्नांची २०० शब्दात उत्तरे लिहा.

१) संशोधन अहवालाची उद्दिष्टे लिहा.

२) व्यष्टीअभ्यासाची संकल्पना स्पष्ट करा.

३) चांगल्या अहवाल लेखनाची वैशिष्ट्ये सांगा.

४) संशोधन अहवाल लेखनाचे प्रकार विशद करा.

५) संदर्भसूची आणि साहित्याचा परामर्श स्पष्ट करा.

प्र. ४ खालील प्रश्नांची २५० ते ३०० शब्दात उत्तरे लिहा.

१) संशोधन अहवालाचा अर्थ सांगून उद्दिष्टे स्पष्ट करा.

२) चांगल्या संशोधन अहवालाची वैशिष्ट्ये सांगा.

३) संशोधन अहवालाचे प्रकार स्पष्ट करा.

४) संकल्पना स्पष्ट करा - परिशिष्टे, साहित्याचा परामर्श, संदर्भसूची, शिफारशी

परिशिष्ट - १

अर्थशास्त्रीय संशोधनक्षेत्रे

कृषी / शेती क्षेत्र

१) भूमिहीन व अल्पभूधारक
२) शेतमाल बाजारपेठ
३) नियंत्रित बाजारपेठ
४) ऊस, कडधान्यं, धान्यपिकाबाबत
५) विशेष आर्थिक क्षेत्र
६) आंतरराष्ट्रीय व्यापार संघटना व शेती
७) शेतमाल उत्पादन आणि किमती
८) द्राक्ष बागायतदारांच्या समस्या
९) शेतमजूर समस्या
१०) सहकारी पतसंस्था
११) सहकारी चळवळ
१२) सहकारी साखर उद्योग / कापड / सूतगिरण्या / तेलगिरण्या
१३) सहकारी साखर कारखान्यातील ऊसतोड व वाहतूक कामगार समस्या
१४) मानवनिर्मित दुष्काळ अथवा अवर्षण
१५) दुग्ध सहकारी संस्था
१६) पाणलोट क्षेत्र विकास कार्यक्रमाचे मूल्यमापन
१७) मराठवाड्यातील सिंचन सुविधा
१८) सिंचन व्यवस्थापन

उद्योगधंदे

१) लघु व कुटीर उद्योगधंदे
२) औद्योगिक संघर्ष

३) औद्योगिक कामगार समस्या
४) बहुराष्ट्रीय कंपन्यांचे परिणाम
५) औद्योगिक कामगार संघटना
६) औद्योगिक धोरण
७) मालक मजूर संबंध
८) मजुरीविषयी समस्या
९) कामगार प्रशिक्षण
१०) बेकारी
११) ग्रामोद्योग
१२) बालकामगार
१३) आजारी उद्योग
१४) मजूर सहकारी संस्था

बँका

राष्ट्रीयीकृत बँकांची कार्यपद्धती
खाजगी बँक व्यवस्थापन
सहकारी पतसंस्था
सहकारी बँका
नाबार्ड
सहकारी चळवळीचे यशापयश

वाहतूक

१) प्रादेशिक परिवहन मंडळाच्या कार्याचा आढावा
२) बी. आर. टी.
३) महाराष्ट्र राज्य परिवहन महामंडळ
४) बहुराष्ट्रीय कंपन्यांचे परिणाम
५) राज्य परिवहन मंडळाचे खाजगीकरण
६) टोलनाक्याचे अर्थशास्त्र

आंतरराष्ट्रीय व्यापार

१) आंतरराष्ट्रीय व्यापार सिद्धान्तातील बदल
२) गॅटचा व आंतरराष्ट्रीय व्यापार संघटनेचा भारतीय व्यापारावरील परिणाम
३) भारतीय परराष्ट्रीय व्यापाराची दिशा व स्थिती
४) भारतीय शेतमालाचा आंतरराष्ट्रीय खुला व्यापार

सार्वजनिक आयव्यय

१) भारतीय कर पद्धती
२) तुटीचा अर्थभरणा
३) महाराष्ट्र जिल्हा परिषदांचे वित्तीय व्यवस्थापन
४) महाराष्ट्रातील पंचायत समित्यांचे वित्तीय व्यवस्थापन
५) आठवडे बाजाराचे अर्थशास्त्र

आंतरविद्याशाखीय संशोधनाचे विषय

१) जागतिकीकरण आणि भारतीय शैक्षणिक क्षेत्रातील आर्थिक आव्हाने
२) डॉ. बाबासाहेब आंबेडकर यांचे आर्थिक विचार
३) महाराष्ट्रातील नागरीकरण कारणे, स्वरूप आणि परिणाम
४) कोणत्याही जातीचा आर्थिक - सामाजिक - सांस्कृतिक अभ्यास
५) एकात्मिक ग्रामीण विकास
६) स्वयंसेवी संस्था (NGO)
७) स्वयंसाहाय्यता बचतगटाची कार्यपद्धती
८) स्त्री सक्षमीकरणात महिला बचतगटाचे योगदान
९) भारतातील आर्थिक विचारांचा आढावा
   - महात्मा गांधी
   - धनंजयराव गाडगीळ
   - दादाभाई नौरोजी
   - जे. के. मेहता
   - वा. गो. काळे यांचे आर्थिक विचार
   - यशवंतराव चव्हाणांचे आर्थिक विचार
१०) कुपोषण समस्या
११) बेरोजगारी
१२) महानगरातील झोपडपट्टीवासीयांच्या सामाजिक व आर्थिक समस्या
१३) खानदेशातील आर्थिक - सामाजिक - सांस्कृतिक जीवन
१४) ग्रामीण विकास
१५) अवर्षणाचे ग्रामीण समाजावरील सामाजिक-आर्थिक परिणाम.

परिशिष्ट – २

प्रश्नावली

सावित्रीबाई फुले पुणे विद्यापीठाच्या मानसनीती व समाजविज्ञान विद्याशाखेच्या पदवीसाठी

'नेवासा तालुक्यातील शेतकऱ्यांच्या आर्थिक विकासामध्ये पशुधनाचे योगदान एक चिकित्सक अभ्यास' (२००८-०९ ते २०१२-१३) या विषयावर संशोधन तयार करण्यासाठी करण्यात आलेली प्रश्नावली.

१) नाव : ____________________

२) पत्ता : ____________________

३) वय : ____________________

४) मोबाईल नं. : ____________________

५) कुटुंबातील व्यक्तींची संख्या

१) मुले ☐ २) पुरुष ☐

३) मुली ☐ ४) स्त्रिया ☐

६) आपला व्यवसाय कोणता?

१) शेती ☐ २) रोजगार ☐

३) नोकरी ☐ ४) इतर ☐

७) वरील व्यवसायास पूरक असा कोणता व्यवसाय करतो?

____

८) आपण पशुपालन करता काय?

१) होय ☐ २) नाही ☐

९) आपल्या कुटुंबात पशुपालन व्यवसाय केव्हापासून केला जातो?

____

१०) आपणाकडे कोणकोणते पशू आहेत?

____

११) या पशुपासून आपणास कोणकोणते लाभ होतात?

____

____

१२) पशुधनासाठी चाऱ्याची उपलब्धता कशी केली जाते?

१) स्वतःच्या शेतातून ☐ २) इतरांच्या शेतातून ☐

३) पडीक शेतजमिनीतून ☐ ४) कुरणातून ☐

१३) उन्हाळ्यामध्ये पशुधनासाठी चारा उपलब्ध होतो का? असल्यास कोठून?

____

____

१४) पशुधनापासून चारा विकत मिळतो का?

१) होय ☐ २) नाही ☐

१५) आपण कोणकोणत्या प्रकारचा चारा विकत घेता?

____

____

१६) जनावरांच्या उत्तम पोषणासाठी पोषक आहार दिला जातो काय? असल्यास कोणता?

____

____

१७) पशुधनापासून कोणकोणती उत्पादने मिळतात?

____

____

१८) पशुधनापासून मिळणाऱ्या उत्पन्न वाढीसाठी आपण कोणते प्रयत्न करता?

____

____

१९) पशुंना निवारा उपलब्ध आहे काय?

१) होय ☐ २) नाही ☐

२०) निवारा असल्यास कोणत्या प्रकारचा आहे?

____

____

२१) पशुंच्या आरोग्याची काळजी आपण कशी घेता?

____

____

२२) पशुंना वेळोवेळी लसीकरण केले जाते काय?

१) होय ☐ २) नाही ☐

२३) पशुंना आजार होऊ नये म्हणून कोणत्या रोग प्रतिबंधक उपाययोजना केल्या जातात?

____

____

२४) एखादा पशू आजारी असल्यास रोगप्रतिकारक अशा कोणत्या उपायांचा वापर केला जातो?

१) घरगुती उपाय ☐ २) वैद्यकीय दवाखान्यातील उपाय ☐

२५) आपल्या परिसरात पशुवैद्यकीय दवाखाना आहे काय?

१) होय ☐ २) नाही ☐

२६) सदरचा पशुवैद्यकीय दवाखाना शासकीय आहे की अशासकीय?

१) शासकीय ☐ २) अशासकीय ☐

२७) पशुवैद्यकीय दवाखान्याचे तुमच्या घरापासूनचे अंतर किती आहे?

____

२८) शासकीय पशुवैद्यकीय दवाखान्यातून कोणकोणत्या सेवा पुरविल्या जातात?

____

____

२९) शासकीय दवाखान्यात पशुचिकित्सक उपलब्ध असतात काय?

१) होय ☐ २) नाही ☐

३०) सदर अधिकारी गृहभेटीस येतात काय?

१) होय ☐ २) नाही ☐

३१) शासकीय सुविधा उपलब्ध असल्यास पर्यायी कोणती व्यवस्था करता?

____

____

३२) खाजगी चिकित्सकाची व शासकीय चिकित्सकाची सेवा यात फरक जाणवतो काय? असल्यास कसा?

____

____

३३) आपल्या परिसरात खाजगी पशुवैद्यक आहे काय? असल्यास किती?

____

____

३४) जास्त वेळेस आपल्याकडे कोणते पशुवैद्यकीय अधिकारी भेट देतात?

१) सरकारी ☐ २) खाजगी ☐

३५) पशुंच्या काही संकरित जाती उपलब्ध आहे काय?

१) होय ☐ २) नाही ☐

३६) संकरित जातींमुळे पशुधनाच्या उत्पादकतेत व क्रियाशीलतेत बदल जाणवतो काय?

१) होय ☐ २) नाही ☐

३७) पशुधनाची उत्पादकता वाढविण्यासाठी कोणते प्रयत्न केले जातात?

____

____

३८) पशुधनापासून विकसित दूध किंवा दुग्धजन्य पदार्थ यांची विक्री करता काय?

१) होय ☐ २) नाही ☐

३९) पशुधनापासून आपणास आर्थिक लाभ होतो का?

१) होय ☐ २) नाही ☐

४०) दूध डेअरी मालकाकडून आपणास दूध मूल्य कसे वितरीत केले जाते?

१) नियमित ☐ २) आठवड्यास ☐

३) पंधरवड्यास ☐ ४) महिन्यास ☐

४१) दूध डेअरी पशुधन खरेदीसाठी व संगोपनासाठी आगाऊ रक्कम दिली जाते का?

१) होय ☐ २) नाही ☐

४२) दिलेल्या आगाऊ रकमेवर व्याज आकारणी केली जाते का? असल्यास कोणत्या दराने?

____

____

४३) पशुपालनासाठी खाजगी बँकांमार्फत वित्त पुरवठा केला जातो काय?

१) होय ☐ २) नाही ☐

४४) खाजगी बँकांमार्फत वित्त पुरवठ्याच्या काही योजना आहे काय?

१) होय ☐ २) नाही ☐

४५) पशुपालनाशी संबंधित आणखी कोणत्या शासकीय योजना आहेत काय?

____

४६) सदर शासकीय योजनांची आपणास कोणती माहिती मिळते?

____

____

४७) सर्वसाधारण प्रकरण दाखल केल्यानंतर योजनेचा लाभ मिळतो का?

१) होय ☐ २) नाही ☐

४८) लाभाची रक्कम आपणास कशा स्वरूपात दिली जाते?

१) रोख ☐ २) चेकद्वारे ☐

३) प्रत्यक्षदर्शी ☐

४९) पशुवैद्यकीय दवाखान्यातून काही प्रोत्साहनपर योजना राबविल्या जातात काय?

१) होय ☐ २) नाही ☐

५०) पशुवैद्यकीय दवाखान्यातून पशुंसाठी लसीकरण केले जाते काय?

१) होय ☐ २) नाही ☐

५१) पशुधन वाढीसाठी आपणास कुठल्या योजनेचा फायदा झाला आहे काय?

____

५२) आपण या योजनेचा फायदा किती वेळेस घेतला आणि फायदा झाला काय?

____

____

५३) आपल्याकडे पशुधन वाढीसाठी स्वत: अनुकूल असे कोणते बदल केले आहेत?

१) गोठा ☐ २) कडबाकुट्टी ☐

३) दूध काढणी यंत्र ☐ ४) पाण्याची व्यवस्था ☐

५४) जनावरांसाठी कोणता खुराक वापरता?

१) पेंड ☐ २) वालिस ☐

३) पीठ ☐ ४) इतर ☐

५५) खुराक कोणत्या कंपनीचा वापरता?

____

५६) पशुधनामुळे तुमचे आर्थिक उत्पन्न वाढले काय? असल्यास कशाच्या संदर्भात वाढले?

१) शेती विकसित झाली ☐ २) गायी घेतल्या ☐

३) विहीर खोदली ☐ ४) गोठा बांधला ☐

५७) आपणाकडे गावरान की संकरित जनावरे आहेत?

१) गावरान ☐ २) संकरित ☐

५८) या गावरान व संकरित दोन्हींपैकी कमी खर्चीक कोणते?

____

५९) आपणास भविष्यात कोणती जनावरे पाळणे योग्य वाटेल? त्याची कारणे?

____

____

६०) पशुधन वाढीसाठी आपण कोणकोणते नवीन तंत्रज्ञान वापराल?

____

____

संशोधक विद्यार्थी

पारिभाषिक शब्दावली
(Glossary)

Analysis of Data - तथ्यांचे / माहितीचे विश्लेषण : सारणीबद्ध केलेल्या तथ्यातील अंगभूत असणारे सत्य आणि अर्थ शोधून काढण्याच्या दृष्टीने अभ्यास करण्याला 'तथ्यांचे विश्लेषण' असे म्हणतात.

Appendices - परिशिष्टे

Bibliography - संदर्भग्रंथ सूची

Case Study Method - व्यष्टी अथवा एकक अभ्यास पद्धती

Central Tendency - केंद्रीय प्रवृत्ती

Chi square Test - काई वर्ग परीक्षण

Class - Limit - वर्ग / गट, मर्यादा / सीमा

Class Frequency - गट वारंवारता

Class Midpoint - वर्ग / गट मध्यबिंदू

Classification - वर्गीकरण

Columns - स्तंभ

Commulative Frequency - संचित वारंवारता

Computer Application - संगणकाचा उपयोग

Conclusions and Summary of the Report - अहवालाचा गोषवारा आणि निष्कर्ष

Contants of Report Writing - संशोधन अहवाल / प्रबंधाचे अंतरंग अथवा आशय (अभ्यासाचा हेतू, अभ्यासाचे महत्त्व, साहित्याचा परामर्श, संशोधन पद्धती, माहिती विश्लेषणाचा अन्वयार्थ, निष्कर्ष आणि सूचना, संदर्भसूची, परिशिष्टे इ.)

Critical Appriasals of Privious Studies - साहित्याचा परामर्श

Data - आकडेवारी / माहिती/ तथ्य/ सामग्री / आधारसामुग्री

Data Collection - तथ्य / माहिती संकलन

Descriptive Design - वर्णनात्मक आराखडा

Diagrams - आकृत्या

Dignostic Design - निदानात्मक आराखडा
Experiment method - प्रयोगात्मक आराखडा
Exploratory Design - शोधात्मक आराखडा
Factoral Design - घटक आराखडा
Final Draft - अंतिम अहवाल
Frequency - वारंवारता / पुनरावृत्ती / पुन्हा पुन्हा येणारा.
Graphics Software - आलेखासाठी आज्ञावली
Graphs - आलेख
Hypothesis - गृहीतकृत्य : परीक्षण केल्या जाणाऱ्या विचारांना गृहीतके म्हणतात अथवा संशोधन कार्य सुरू होण्याअगोदर संशोधनासंबंधी संशोधकाच्या मनात निर्माण झालेले विचार अथवा कल्पना म्हणजे गृहीतकृत्ये होय.
Interview - मुलाखती
Investigation - क्षेत्रातील चौकशी
Investigator - संशोधन कर्ता
Layout of Research Report - संशोधन अहवालाचा आराखडा
Main Tex - संशोधनाचा गाभा
Mean - मध्य / मध्यमान
Mean Deviation - मध्य विचलन
Median - मध्यका / मध्यांक / मध्यगा
Methodology - संशोधन पद्धती
Mode - बहुलक
Multistage Sampling - बहुपदी नमुना
Observation - निरीक्षण - घटनातील अंतर्गत संबंध आणि कार्यकारणभाव जाणून घेण्यासाठी घटनांचे काळजीपूर्वक केलेले अवलोकन म्हणजे निरीक्षण होय.
Percentage - शेकडेवारी / टक्केवारी
Primary Data - प्राथमिक स्रोत
Primary Data - प्राथमिक आकडेवारी / माहिती / तथ्य
Questionaire - प्रश्नावली
Questionnaire - प्रश्नावली : ही प्रश्नांची उत्तरे प्राप्त करून घेण्याची पद्धती असून तिच्यात प्रश्नपत्रिकेचा उपयोग केला जातो व त्या प्रश्नांची उत्तरे उत्तरदात्याला द्यावी लागतात.
Range - सीमा विस्तार

Ratio - प्रमाण

Representativeness of the sample - प्रातिनिधिक नमुना

Research - संशोधन : नवीन ज्ञान संपादनासाठी केलेला पद्धतशीर प्रयत्न.

Research Design - संशोधन आराखडा : प्रस्तावित संशोधन कार्य प्रत्यक्षात आणण्यासाठी आखण्यात आलेली योजना होय.

Research Process - संशोधन प्रक्रिया : संशोधन विषय निश्चित करण्यापासून सामाजिक शास्त्रातील / अर्थशास्त्रातील संशोधन प्रक्रियेची सुरुवात होते. या सर्व प्रकारच्या संशोधनाचे उद्दिष्ट सत्य शोधून काढणे हे असते त्यासाठी वैज्ञानिक पद्धतीचा अवलंब केला जातो. अनेक टप्प्यात विभागलेल्या वैज्ञानिक पद्धतीला 'संशोधन प्रक्रिया' असे म्हणतात.

Research Report - संशोधन अहवाल

Sources - स्रोत / मार्ग

Standard Deviation - प्रमाण विचलन

Statistics - सांख्यिकी

Style of Report - अहवाल / प्रबंधलेखन शैली

Survey - सर्वेक्षण

Systematic - शास्त्रीय

Tabulation - सारणी / तालिणीकरण / कोष्टक / तक्ता

Tabulation of the Results - तथ्याचे / माहितीचे सारणीकरण

Technical Report - तांत्रिक अहवाल

Tendency - प्रवृत्ती

Testing of Hypothesis - गृहीतकृत्याची सत्यासत्यता पडताळणे

Title of Invegestion - संशोधनाचे शीर्षक

Tools - साधने

Two ways - द्विमार्गी

Unit - एकक

संदर्भसूची

(References)

मराठी संदर्भ

१. आगलावे, डॉ. प्रदीप : संशोधन पद्धतिशास्त्र व तंत्रे, विद्या प्रकाशन, नागपूर (२000)

२. इंटरनेटचा वापर.

३. कऱ्हाडे, बी. एम. : शास्त्रीय संशोधन पद्धती, पिंपळापुरे ॲन्ड कं. पब्लिशर्स, नागपूर

४. कायंदे, डॉ. गं. वि. : संशोधन पद्धती (१९८७)

५. कुळकर्णी डॉ. बी.डी., ढमढेरे डॉ. एस. व्ही. : अर्थशास्त्रीय संशोधन पद्धती, डायमंड पब्लिकेशन पुणे (२००७)

६. कुंभोजकर, जी. व्ही. : संशोधन पद्धती व संख्याशस्त्र, एम. व्ही. फडके आणि कं. कोल्हापूर (१९८२)

७. घाटोळे, प्रा. रा. ना. : समाजशास्त्रीय संशोधन तत्त्वे आणि पद्धती, मंगेश प्रकाशन, नागपूर (१९२२)

८. ढमढेरे डॉ. एस. व्ही. कुळकर्णी डॉ. बी.डी. : 'संख्यात्मक तंत्रे व प्रकल्पकार्य' वैभव पब्लिकेशन्स्, पुणे (२०११)

९. ढमढेरे डॉ. एस. व्ही., कुळकर्णी डॉ. बी.डी. : 'अर्थशास्त्रीय संशोधन पद्धती' डायमंड पब्लिकेशन्स्, पुणे (२०१४)

१०. नाडगोंडे, डॉ. गुरूनाथ : सामाजिक संशोधन, फडके प्रकाशन, कोल्हापूर, द्वितीय आवृत्ती, ऑक्टोबर (१९९९)

११. पाटील, वा. भा. : संशोधन पद्धती, मंगेश प्रकाशन, नागपूर

१२. प्रा. हेमंत देव / गौरी कापुरे : 'संपूर्ण संगणक व माहिती तंत्रज्ञान' के' सागर पब्लिकेशन्स, पुणे (२०१४)

१३. बोधनकर, सुधीर / अलोणी, विवेक : सामाजिक संशोधन पद्धती, श्री साईनाथ प्रकाशन, नागपूर

१४. भांडारकर, डॉ. पु.ल : सामाजिक संशोधन पद्धती, महाराष्ट्र विद्यापीठ ग्रंथनिर्मिती मंडळ, नागपूर (१९८७)
१५. मोहन आपटे : मला उत्तर हवंय ! संगणक व इंटरनेट, राजहंस प्रकाशन, पुणे (२०१२)
१६. संत, डॉ. दु. का. : संशोधन पद्धती, प्रक्रिया व अंतरंग, पुणे विद्यार्थी गृह प्रकाशन, पुणे, द्वितीय आवृत्ती, जुलै (१९८८)

इंग्रजी संदर्भ

1. Ackoff R.L. : The Design of Social Research (1960-61)
2. Baffley, Kenneth D. : Methods of Social Research, The Free Press, London.
3. Bajpai S.R. : Methods of Social Research, Kitabghar, Kanpur.
4. Barzun, J. and Graf, Henry F. (Ed.) : The Modern Research
5. Ghose, B. N. : Scientific Method and Social Research, Sterling Publishers Pvt.Ltd.
6. Goode, William and Hatt, Paul (Ed.) : Methods of Social Research, McGraw Hill Book Company. (1981)
7. Gopal, M.H. : An Introduction to Research Procedure in Social Sciences, Asia Publishing House, New Delhi.
8. Gupta, G.S. : Economics : TMHI Publishing Company Ltd., New Delhi. (1994)
9. Gutting, Johan : Theory and Methods of Social Research, S. Chand and Co. Ltd., New Delhi.
10. Kellog, P. Harrison Plamer G.: Scientific Survey and Research (1960)
11. Koli, Laxminarayan : Research Methodology, Y. K. Publisher, Agra (2003)
12. Kulkarni, Dr. B.D. : Research Methodology Everest Publishing Ltd. Pune (1999) (2002)
13. Moore Nick : How to do Research, 2nd Edition, Library Association Publishing, London. (1987)
14. Narang, B.S. and Chavan, R.C. : Introduction to Social Sciences, 2nd Ed. (1988)
15. Sharma, K.R : Research Methodology National Pub. House New Delhi (2002)

16. Simon, Bueterm : Basic Research Methods in Social Sciences, Random House, New York. (1985)

17. Tripathi, P.C. (Ed.) : A Texbook of Research Methodology in Social Sciences, Sultan Chand and Sons, New Delhi. (1987)

18. Wilson and Bhandarkar : Methodology and Techniques of Social Research, Himalay Publishing House, Bombay (1994)

19. Young, P.V. : Scientific Social Surveys and Research PHI N. Delhi (1949)

सावित्रीबाई फुले पुणे विद्यापीठाच्या २०२०-२०२१ च्या कला शाखेच्या सुधारित अभ्यासक्रमानुसार लिहिलेली डायमंड पब्लिकेशन्सची उपयुक्त पुस्तके

१. वित्तीय प्रणाली (Financial System)
डॉ. संभाजी काळे, डॉ. एस. व्ही. ढमढेरे ,डॉ. अविनाश कुलकर्णी
२. सूक्ष्म अर्थशास्त्र (Micro Economics)
डॉ. एस. व्ही. ढमढेरे
३. स्थूल अर्थशास्त्र (Macro Economics)
डॉ. एस. व्ही. ढमढेरे
४. संशोधन पद्धतीच्या मूलभूत संकल्पना (Basic Concepts of Research Methodology)
कौशल्य विकास कोर्स - I (Skill Enhancement Course-I)
डॉ. संभाजी काळे, डॉ. एस. व्ही. ढमढेरे
५. पाश्चिमात्त्य राजकीय विचारवंत (Western Political Thought)
डॉ. बाळ कांबळे, प्रा. अर्चना फुलारी
६. राजकीय विचारप्रणालीची ओळख (Introduction to Political Ideologies) - डॉ. बाळ कांबळे, डॉ. प्रदीप जगताप
७. राज्यशास्त्राची ओळख (Introduction to Political Science)
डॉ. बाळ कांबळे, डॉ. प्रदीप जगताप, प्रा. प्राजक्ता ठुबे
८. पाश्चिमात्त्य राजकीय विचारवंत (Western Political Thought)
डॉ. वैशाली पवार
९. राजकीय विचारप्रणालीची ओळख(Introduction to Political Ideologies) - डॉ. वैशाली पवार
१०. महाराष्ट्राचा भूगोल (Geography of Maharashtra)
डॉ. श्रीकांत कार्लेकर
११. प्रात्यक्षिक भूगोल (Practical Geography)
डॉ. श्रीकांत कार्लेकर, डॉ. तुषार शितोळे
१२. मराठ्यांचा इतिहास (History of the Marathas)
डॉ. गणेश राऊत
१३. आरोग्याचे मानसशास्त्र (Health Psychology)
प्रा. केशव गाडेकर

www.ingramcontent.com/pod-product-compliance
Lightning Source LLC
La Vergne TN
LVHW010943051026
849532LV00003B/1115